பாரதியார் மார்க்சியத்திற்கு ஆதரவாளரா?

நவீன இலக்கிய விமர்சனக் கட்டுரைகள்

ந. முருகேசபாண்டியன்

வேரல்
புக்ஸ்

வேரல் புக்ஸ்

வேரல் புக்ஸ் வெளியீட்டு எண்: 102

பாரதியார் மார்க்சியத்திற்கு ஆதரவாளரா? * ந. முருகேசபாண்டியன்© * கட்டுரைகள் * முதல் பதிப்பு: நவம்பர் 2023 * பக்கங்கள்: 92 * வேரல் புக்ஸ் * 6, இரண்டாவது தளம், காவேரி தெரு, சாலிகிராமம், சென்னை - 600093 * மின்னஞ்சல்: veralbooks2021@gmail.com * தொலைபேசி: 9578764322 * அட்டை வடிவமைப்பு: லார்க் பாஸ்கரன் * லேஅவுட்: சந்தோஷ் கொளஞ்சி

Bharathiyar Marxiyathuku Atharavalara? * N.Murugesapandiyan© * Essays * First Edition: November 2023 * Pages: 92 * Veral Books * No: 6, 2nd Floor, Kaveri Street, Saligramam, Chennai - 600093 * Email ID: veralbooks2021@gmail.com * Phone: 9578764322 * Wrapper Designed by: Lark Bhaskaran * Layout Designed by: Santhosh kolanji

Rs. 130

ISBN: 978-81-967929-9-2

சமர்ப்பணம்

இனிய நண்பர்
பவா செல்லத்துரை

என்னுரை

இலக்கியத்திற்கும் அரசியலுக்கும் இடையில் பிரிக்க முடியாத உறவு, காலந்தோறும் நிலவுவதைப் படைப்புகளின் உள்ளடக்கம்மூலம் அவதானிக்க முடியும். சங்கத் தொகைப் பாடல் நூலான புறநானூற்றில் பண்டைத் தமிழரின் அரசியல் பதிவாகியுள்ளது. அரசியல் இல்லாமல் எதுவுமில்லை என்ற புரிதலுடன் இலக்கியப் படைப்புகளை விமர்சிக்கும்போது பிரதிக்குள் பொதிந்திருக்கிற படைப்பாளியின் சமகால அரசியலைக் கண்டறிந்திட வாய்ப்புண்டு. அரசியல் என்பது தீண்டத்தகாதது என்ற கருத்தியல் பின்புலத்தில் உன்னத இலக்கியம் என்ற பெயரில் படைப்பைத் தனித்த வஸ்துவாக்கி, ரசனைமுறையில் கொஞ்சுகின்ற இலக்கியவாதிகளின் செயல்களுக்குப் பின்னர் அரசியல் பொதிந்திருப்பதுதான் உண்மை. சரி, இருக்கட்டும்.

யோசிக்கும்வேளையில் நிறைய விஷயங்கள் அன்றாட வாழ்க்கையில் தற்செயலாக நடைபெறுவதைக் கண்டறிந்திட முடியும். எனது பதின்பருவத்தில் இலக்கிய உலகில் அடியெடுத்து வைத்தது முதலாக நவீன இலக்கியப் படைப்புகளை மட்டும் வாசிப்பதில் ஆர்வமுடன் இருந்த சூழலில், விமர்சகனாக மாறியது ஒருவகையில் தற்செயல்தான். இலக்கியமும் அரசியலும் எனக்குள் ஒருங்கிணைந்த நிலையில் எனக்குள் ஏற்படுத்திய தாக்கம்தான் எனது விமர்சனத்தின் அடிப்படையாக விளங்குகின்றது. நான் அவ்வப்போது எழுதிய கட்டுரைகளின் தொகுப்பு, 'பாரதியார் மார்க்சியத்திற்கு ஆதரவாளரா?' என்ற பெயரில் நூலாக வெளியாகின்றது. இந்நூலில் 2006 ஆம் ஆண்டில் எழுதிய கட்டுரை முதலாக அண்மைக்காலத்தில் எழுதிய

கட்டுரைகள் வரை இடம்பெற்றுள்ளன. அவற்றை மீண்டும் மறுவாசிப்புக்குட்படுத்தியபோது, சமகால அரசியல், இலக்கியச் சூழலுக்கு ஏற்புடையதாக இருப்பதை அறிந்திட முடிந்தது.

'பாரதியார் மார்க்சியத்திற்கு ஆதரவாளரா?: சில அடிப்படைக் கேள்விகள்' கட்டுரை, பேராசிரியர் தொ. பரமசிவம், மனோன்மணியம் சுந்தரனார் பல்கலைக்கழகம் சார்பில் எட்டையாபுரத்தில் நடத்திய கருத்தரங்கில் வாசிக்கப்பட்டது. அப்பொழுது நடைபெற்ற காரசாரமான விவாதத்தில் பேராசிரியர்கள் எஸ். போத்திரெட்டி, ஆ. இரா. வேங்கடாசலபதி போன்றோர் பங்கேற்றது நினைவுக்கு வருகின்றது. அந்தக் கட்டுரை குமுதம் தீராநதி இதழில் பிரசுரமானபோது, எதிர்வினையாக 123 கடிதங்கள் வந்ததாக அறிந்தேன். 'மறுவாசிப்பில் பாரதியாரின் கல்வியியல் சிந்தனைகள்' கட்டுரை, பாரதியார் பல்கலைக்கழகப் பேராசிரியர் சி.சித்ரா, பாரதியார் நினைவு நூற்றாண்டு மலரில் பிரசுரிப்பதற்காகக் கேட்டபோது எழுதப்பட்டது. பாரதியார் பற்றிய கட்டுரைகள் எழுதுவதற்குக் காரணமாக விளங்கிடும் பேரா. தொ.பரமசிவம், பேரா. சி.சித்ரா ஆகியோருக்கு நன்றி.

'நவீன இலக்கியத்தில் தொன்மக் கதையாடல்', 'திராவிட இயக்க நாடகங்கள்', 'இலக்கிய உலகில் ததும்பிடும் கிசுகிசுக்கள்' ஆகிய மூன்று கட்டுரைகளும் எழுதுவதற்குக் காரணம் அந்தி மழை இதழின் ஆசிரியர் அசோகன்தான். அவருக்குப் பெரிதும் கடமைப்பட்டுள்ளேன். இலக்கிய உலகில் நிலவுகிற கிசுகிசுக்களும், இலக்கியத்தை முன்வைத்துப் புனையப்பட்டுள்ள தொன்மக் கதையாடல்களும் பற்றிய கட்டுரைகள் வெளியானபோது பலரும் உற்சாகத்துடன் வாசித்தனர். முகநூலில் அந்தக் கட்டுரைகளை வாசித்துவிட்டுப் பலர் எதிர்வினையாற்றியது நினைவுக்கு வருகிறது.

'சாகசக்காரன் பாண்டியனும் பிற கதைமாந்தர்களும்' கட்டுரை நீலம் இதழின் ஆசிரியர் வாசுகி பாஸ்கர் கேட்டதற்காக எழுதப்பட்டது. நாவலாசிரியர் ப.சிங்காரம் எழுதிய நாவல்களையும் மேலைநாட்டு நாவலாசிரியர்களின் நாவல்களையும் ஒப்பியல் நோக்கில் விமர்சித்து எழுதிய கட்டுரை, எனக்கு மிகவும் பிடித்தமானது. அநதக் கட்டுரை எழுதுவதற்கு மூலகாரணமாக விளங்கிடும் வாசுகி பாஸ்கருக்கு நன்றி.

ரஷியத் திறனாய்வாளர் ஹென்றி வோல்கவ் எழுதிய 'மார்க்ஸ் பிறந்தார்' புத்தகத்தை வாசித்துவிட்டு, இலக்கிய ஆளுமையின் உருவாக்கத்தில் அடிப்படையாக விளங்குகின்ற அடிப்படைப் பண்புகளை முன்வைத்துத் தமிழ்ப் படைப்பாளி பற்றி விமர்சனம் எழுதிட முயன்றேன். தமிழ் அடையாளத்துடன் நெருக்கமாக விளங்குகிற கவிஞர் பாரதிதாசன் என்ற இலக்கிய ஆளுமையைத் தமிழ்ச் சமூகமும் சூழலும் எப்படி உருவாக்கின என்று கண்டறிந்திட முயன்றதன் விளைவுதான் 'பாரதிதாசன் என்ற இலக்கிய ஆளுமையின் உருவாக்கம்' என்ற கட்டுரை.

'பாரதியார் மார்க்சியத்திற்கு ஆதரவாளரா?: சில அடிப்படைக் கேள்விகள்' கட்டுரை, இலக்கிய ஆளுமைகளின் படைப்புத்திறன்(2009) நூலிலும் 'பாரதிதாசன் என்ற இலக்கிய ஆளுமையின் உருவாக்கம்' கட்டுரை, மறுவாசிப்பில் மரபிலக்கியம்(2011) நூலிலும் பிரசுரமாகியுள்ளன. அந்த இரு கட்டுரைகளும் பிரசுரமாகிப் பன்னிரு ஆண்டுகள் கடந்தநிலையில் இளம் ஆய்வாளர்களுக்கும் மாணவர்களுக்கும் பயன்படும் என்று இந்நூலில் இணைத்துள்ளேன். அந்தக் கட்டுரைகளைப் பிரசுரித்த குமுதம் தீராநதி பத்திரிகையின் மேனாள் ஆசிரியர் இரா. மணிகண்டன் என்றும் நன்றிக்குரியவர்.

'மறுவாசிப்பில் பாரதியாரின் கல்வியியல் சிந்தனைகள்' கட்டுரையைப் பிரசுரித்த காக்கைச் சிறகினிலே இதழாசிரியர் வி. முத்தையாவிற்கு நன்றி.

'பாரதியார் மார்க்சியத்திற்கு ஆதரவாளரா?' புத்தகத்தை வேரல் பதிப்பகம் மூலம் வெளியிடும் நண்பர்கள் கவிஞர் லார்க் பாஸ்கரன், கவிஞர் அம்பிகா குமரன் ஆகியோரின் பதிப்புப் பணி, இலக்கிய வரலாற்றில் என்றும் நிலைத்திருக்கும். அவர்களுக்குத் தோழமையான நன்றி.

எனது எழுத்துப் பணிக்குப் பின்புலமாக விளங்குகிற அன்புத் துணைவி உஷாவின் அன்பும் ப்ரியமும் தீராதது

ந.முருகேசபாண்டியன்
மதுரை
9443861238

உள்ளே

1. பாரதியார் மார்க்சியத்துக்கு ஆதரவாளரா?: சில அடிப்படைக் கேள்விகள் — 11

2. பாரதிதாசன் என்ற இலக்கிய ஆளுமையின் உருவாக்கம் — 19

3. மறுவாசிப்பில் பாரதியாரின் கல்வியியல் சிந்தனைகள் — 37

4. நவீன இலக்கியத்தில் தொன்மக் கதையாடல் — 52

5. இலக்கிய உலகில் ததும்பிடும் கிசுகிசுக்கள் — 58

6. திராவிட இயக்க நாடகங்கள் — 67

7. சாகசக்காரன் பாண்டியனும் பிற கதைமாந்தர்களும் — 78

பாரதியார் மார்க்சியத்துக்கு ஆதரவாளரா?: சில அடிப்படைக் கேள்விகள்

இருபதாம் நூற்றாண்டு தமிழ் இலக்கிய உலகில் செல்வாக்குப் பெற்ற ஆளுமைகளில் பாரதியாரின் இடம் தனித்துவமானது. எல்லாவிதமான விமர்சனங்களையும் எதிர்கொள்ளும்வகையில் பாரதியின் எழுத்துகள், இன்று முன்னிலைப்படுத்துப்படுகின்றன. பாரதி தன்னுடைய சமகாலத்தியப் பிரச்சினைகளில் பங்கெடுத்ததுடன், எதிர்காலம் குறித்து அக்கறை கொண்டிருந்ததனால், அவருடைய பார்வையில் பன்முக அம்சங்கள் பொதிந்துள்ளன. பாரதியை அவருடைய ஆகிருதிக்கு மீறிய வாமன வடிவம் தந்து போற்றுவது அல்லது வைதிக சமயச் சார்பின் அடிப்படையில் புறக்கணிப்பது தமிழில் தொடர்ந்து நடைபெறுகிறது. இந்நிலையில் கடந்த நூற்றாண்டில் உருவாக்கப்பட்ட பாரதியின் உச்சமான ஆளுமை இன்னும் எத்தனை காலம் தாக்குப் பிடிக்கும் என்பது முக்கியமான கேள்வி.

'பாரதி ஓர் இடதுசாரிக் கவிஞர், மார்க்சியத் தத்துவ அடிப்படையிலான புரட்சியில் ஆர்வம் மிக்கவர்' போன்ற கருத்துகளை ஜீவா, தொ.மு.சி.ரகுநாதன் தொடங்கிப் பலரும் விமர்சனங்களில் தொடர்ந்து பதிவாக்கியுள்ளனர். மார்க்சியத் தத்துவத்திற்கும், பாரதிக்கும் இடையிலான உறவினைப் பரிசீலனை செய்திடும்போது இத்தகைய விமர்சனத்தின் உண்மைநிலையினை அறிய முடியும். நவீன இலக்கியச் சூழலில், 'கவிஞர்' என்ற ஆளுமையினை மீறி, பாரதியின் சமூக மதிப்பீடுகள் அவருடைய கட்டுரைகளில் அழுத்தமாகப் பதிவாகியுள்ளன. அவை துல்லியமான வரையறைகளை உடையன. சமூகச் செயற்பாடுகளில் பாரதியின் எதிர்வினையினைக் கண்டறிந்திட, கட்டுரைகள் ஆதாரமாக உள்ளன.

பாரதி வாழ்ந்த 1882—1921 காலகட்டம் இந்திய சமூக அரசியல் வரலாற்றில் பல்வேறு திருப்புமுனைகள் நிறைந்தது. ஆங்கிலேய ஏகாதிபத்திய அடக்குமுறைகள் ஒருபுறமும், வைதிக

சநாதான சமய மேலாதிக்கக் கொடுமைகள் இன்னொருபுறமும் ஆதிக்கம் செலுத்தின. காலனிய இந்தியாவில் வாழ்ந்த மக்கள் ஐரோப்பியரின் நகலாக வாழ்ந்திடுவதற்காக மெக்காலே உருவாக்கிய கல்வித்திட்டத்தின் விளைவாகச் சென்னை, மும்பை, கொல்கத்தா ஆகிய பெருநகரங்களில் பல்கலைக்கழகங்கள் நிறுவப்பட்டன. அங்கு ஆங்கிலேயக் கல்வி பயின்ற நடுத்தர வர்க்கத்தினரின் எண்ணிக்கை பெருகிக்கொண்டிருந்தது. இதனால் கருத்தியல்ரீதியல் சமூக சீர்திருத்தத்தினைக் கோரிடும் போக்கு மக்களிடையே பரவத் தொடங்கியது.

தொழில் வளர்ச்சியைப் பொறுத்தவரையில் இயந்திர உற்பத்தி காரணமாக இந்தியாவின் மரபுவழிப்பட்ட தொழில்கள் திட்டமிட்ட முறையில் நசுக்கப்பட்டன. கி.பி 19 ஆம் நூற்றாண்டின் தொடக்கத்தில் கப்பல் கட்டும் தொழிலில் இங்கிலாந்தினைவிட சிறப்படைந்திருந்த இந்திய நிலைமையானது மாறியது. பருத்தி, பட்டு, கம்பளி துணி நெசவு, இரும்பு ஆயுதங்கள் தயாரித்தல், தோல் பதனிடுதல், காகித உற்பத்தி, உலோகப் பொருட்கள் தயாரிப்பு, தங்க நகைகள் செய்தல் போன்ற மரபு வழிப்பட்ட கைத்தொழில்கள் சிதைக்கபட்டதனால், கைவினைஞர்களும் தொழிலாளர்களும் வறுமைக்குள்ளாயினர். இந்தியத் தொழில் வளத்தினைச் சிதைத்திட்ட ஆங்கிலேயர்கள், நாளடைவில் கச்சாப் பொருட்களைத் தயாரிக்கும் இடமாகவும் இங்கிலாந்தில் உற்பத்தியான பொருட்களை விற்பனை செய்யும் சந்தையாகவும் இந்தியாவை மாற்றினர்.[1] பின்னர் காலப்போக்கில் இந்தியாவில் கிடைத்த மலிவான மனித உழைப்பினைக் கருத்தில்கொண்டு, நிதி மூலதனத்தினை ஏற்றுமதி செய்து, இந்தியாவில் தொழிற் சாலைகளை நிறுவினர். 1900 ஆம் ஆண்டிற்குள் நாடெங்கும் 193 ஆலைகள் நிறுவப்பட்டன.[2] மேலும் தந்தி, அஞ்சல், ரயில் போக்குவரத்து, பத்திரிக்கைகள் போன்ற தகவல் தொடர்புக் கருவிகள் தொழில் வளர்ச்சிக்குத் துணையாக ஏற்படுத்தப்பட்டன.

தொடக்கத்தில் ஆங்கிலேய முதலாளிகள், இந்திய நிலவுடைமையாளர்களுடன் இணைந்து பொருளுற்பத்தியையும், சந்தையையும் விரிவாக்க முயன்றனர். இந்நிலையில் 1905 இல் தோற்றுவிக்கப்பட்ட இந்திய சுதேசி இயக்கம், பஞ்சாலைத் தொழிலுக்கு அளித்த ஊக்கத்தினால் இந்திய முதலாளிகள்

சொந்தமாகத் தொழிற்சாலைகளை நிறுவி, இங்கிலாந்து உற்பத்தி யாளர்களுடன் போட்டியிட வேண்டிய நிலைஏற்பட்டது. பிரிட்டிஷ் அரசு பின்பற்றிய 'தடையில்லா வணிகக் கொள்கை' காரணமாக இந்தியத் தொழில்கள் மேலும் சீரழியத் தொடங்கின. இத்தகைய சூழலில்தான் பாரதியாரின் தந்தை சின்னச்சாமி ஐயர், நிர்வாக இயக்குநராக இருந்து, 1892 ஆம் ஆண்டு, எட்டையாபுரத்தில் 'எட்டயபுரம் காட்டன் ஜின் பாக்டரி (லிமிடெட்)' என்ற பெயரில் தொடங்கிய ஆலையானது மூன்று ஆண்டுகளில், பெரும் நஷ்டம் காரணமாக இழுத்து மூடப்பட்டதனைப் புரிந்துகொள்ள வேண்டும். இதுவே பாரதி வாழ்ந்த காலகட்டத்தில் இந்திய தொழில் நிலைமை பற்றிய குறுக்குவெட்டுத் தோற்றம்.

மேலைநாட்டாரின் தொழில்நுட்ப அறிவினைக் கற்றறிந்து, இங்குள்ள பாரம்பரிய தொழில்களை வளர்ப்பதுடன் நவீன ஆலைகளையும் ஏற்படுத்த வேண்டுமென்ற எண்ணமுடையவர் பாரதியார். அவருடைய நோக்கில் மரபு வழிப்பட்ட கைத்தொழிலின் மேன்மையும் நவீனமான இயந்திர வகைப்பட்ட கனரகத் தொழிலின் அவசியமும் ஒருங்கிணைந்துள்ளன. உடல் உழைப்பு, புத்தி உழைப்பு, ஆகிய இரு வகைகளிலும் உழைக்கின்றவர்களைத் தொழிலாளர்கள் என்று குறிப்பிடும் சுதேசமித்திரன் தலையங்கக் கருத்து, பாரதிக்கு ஏற்புடையதாக உள்ளது. அது, ஐரோப்பியத் தொழில்முறை இந்தியாவில் பரவுவதனால் உண்டாகும் நிலையென்று விளக்கம் தருகின்றவர், தொழிற்புரட்சியினால் தொழிலாளர் விழிப்புணர்வு பெற்றனர் என்று குறிப்பிடுகின்றார்.

தொடக்கத்தில் ஊதிய உயர்வினுக்காகப் போராடிய தொழிலாளர்கள், நாளடைவில் அரசியலதிகாரத்தினைக் கைப்பற்றினால்தான், நிரந்தரமான தீர்வு கிடைக்குமென்ற அரசியல் அறிவு பெறுகின்றனர். முதலாளிய அமைப்பில் ஆளும் வர்க்கம் எப்பொழுதும் முதலாளிகளுக்குச் சார்பாக இருப்பதனால், முதலாளி X தொழிலாளர் போராட்டங்கள் நசுக்கப்படுகின்றன. தொழிலாளி முரண் தீவிரமடையும் நிலையில், இழப்பதற்கு எதுவுமற்ற தொழிலாளர்களுக்குத் 'தொழிற்சங்கம் அடிப்படைப் பலம்' தரும் நிறுவனமாகும். சர்வதேசரீதியில் தொழிலாளர் போராட்டங்கள் பற்றி அறிந்திட்ட

பாரதி, தொழிலாளர்கள் ஒன்றுகூடி 'தொழிற்சங்கம்' நிறுவுவது அவசியமென்று கருதுகிறார். "இப்போது நமது நாட்டில் அங்கங்கே தொழிற்சங்கங்கள், ஸ்தாபனம் செய்யப்பட்டு வருகின்றன. இச்சங்கத்தார்கள் சம்பள ஏற்றத்தினுக்காக வேலைநேரத்தைக் குறைப்பதற்கும் வேண்டிய பல யத்தனங்கள் செய்துகொண்டு வருகிறார்கள். இந்தப் பிரயத்தனங்கள் எல்லாம் முற்றிலும் நியாயமே. இதில் ஐயமில்லை."[3] நிலவுடைமைக் கருத்தியல் பினபுலமுடைய பாரதி தொழிற்சங்கத்தை வரவேற்பது. அன்றைய சூழலில் முற்போக்கானது. தொழிலாளர்கள் பள்ளிக் கூடங்களை நிறுவி. தொடர்ந்து தத்தம் குழந்தைகளைப் பள்ளிக் கூடங்களுக்கு அனுப்புவதுடன், இரவுப் பள்ளிகளில் அவர்கள் கற்க வேண்டுமென்று அறிவுறுத்துவது, தொழிலாளர் நலன் பற்றிய அக்கறையின் விளைவாகும்.

தொழிலாளி X முதலாளி முரண்பாட்டினைக் களைந்திட பாரதி முன்வைக்கும் கருத்துகள், தொழிலாளர் பற்றிய மதிப்பீட்டில் முக்கியமானவை. நிலவுடைமைரீதியிலான உற்பத்திமுறையில் நிலவும் உற்பத்தி உறவுகளைத் தொழிற்சாலையில் பயன்படுத்த வேண்டுமென்ற பாரதியின் தீர்வானது ஆழ்ந்த விவாதத்திற்குரியது. இந்தியாவில் முதன்முதலாகத் தொழிலாளர் கிளர்ச்சி தோன்றியிருக்கும் இந்தச் சமயத்திலே, நம்முடைய ஜனத்தலைவர்கள், முதலாளிகள், தொழிலாளர்கள் என்று இரு திறத்தினரையும் ஆதரவுடன் கலந்து புத்தி சொல்லி மனஸ்தாபங்களை ஏறவொட்டாதபடி முளையிலே கிள்ளிவிட முயற்சி செய்ய வேண்டும்."[4] என்ற பாரதியின் தொழிலாளர் போராட்டம் பற்றிய தீர்வானது, முழுக்க நிலவுடைமைக் கருத்தியலைப் பின்புலமாகக்கொண்டது. இன்னொருநிலையில், அவருடைய கருத்தானது வரலாற்றைப் பின்னுக்கிழுக்க முயலுகிறது.

1917இல் ரஷியாவில் ஜார் மன்னனை எதிர்த்து நடைபெற்ற புரட்சியை வரவேற்று உற்சாகத்துடன் எழுதிய பாரதியார், இந்தியாவில் ஆங்காங்கே தொழிலாளர்கள் உரிமைக்காகப் "போராடியபோது ருஷ்யாவிலுள்ள குழப்பங்களெல்லாம் இங்கு வந்து சேர ஹேது உண்டாகிவிடும் என்று அஞ்சுகிறார்.[5] சோவியத் புரட்சியின் சிறப்பைக் கண்டு வியந்திடும்

பாரதியாருக்குப், புரட்சியின்போது நடைபெற்ற வன்முறைகள் ஏற்புடையனவாக இல்லை "…. ருஷியாவிலுள்ள அபேதவாதிகக் கொள்கைகள் அவ்வளவு தீங்குடையனவல்ல. ஆனால் அவற்றை வழக்கப்படுத்தும்பொருட்டு அவர்கள் நாட்டில் ஏற்பட்டுத்தியிருக்கும் தீராச் சண்டையும் அல்லலுமே தீங்கு தருவனவனவாகும்"[6] "ஸ்ரீமான் லெனின் சொல்வது முற்றிலும் தவறான கொள்கை தம்மைத் தாமே உணராத பரம மூடர்" லெனின் வழி சரியில்லை என்று மறுக்கும் பாரதியின் கருத்து, கேள்விகளை எழுப்புகின்றது. இழப்பதற்கு எதுவுமற்ற தொழிலாளர்கள் உரிமைக்காகப் போராடும்போது. முதலாளிகளும், ஆளும்வர்க்கமும் பிரயோகிக்கும் வன்முறையினை எப்படி எதிர்கொள்வது? அதிகாரத்தைக் கைப்பற்றுவதற்கான தொழிலாளர்களின் ஆயுதமேந்திய எழுச்சியைப் பற்றிய பாரதியின் கருத்து, சமரச தன்மையுடையதெனினும் அடிப்படையில் முதலாளிகளுக்குச் சார்பானதாகும்.

இந்தியாவில் தொழிலாளி வர்க்கம் பெரிய வளர்ச்சியடையாத நிலையில், சோசலிசப் புரட்சி இந்தியாவில் ஏன் ஏற்படவில்லை என்ற கேள்வியை எழுப்பிக்கொண்டு பாரதி முன்வைக்கும் வாதங்கள், அரசியல்ரீதியாக அவருடைய பலவீனத்தினைக் காட்டுகின்றன. "முதலாளி, தொழிலாளி செல்வன், ஏழை இவர்களுக்கிடையே ஐரோப்பாவில் உள்ள பிரிவும் விரோதமும் நம் தேசத்தில் இல்லை. ஏழைகளை அங்குள்ள செல்வர் அவமதிப்பதுபோலே நமது நாட்டுச் செல்வர் அவமதிப்பது கிடையாது."[7] தொழிலாளி முதலாளி முரண்பாட்டினைக் கருணை அடிப்படையில் அணுகி பாரதி தரும் விளக்கம் ஏற்புடையதல்ல. இந்திய நிலவுடைமையாளர்கள் உழவர்களையும், அடித்தட்டு மக்களையும் கசக்கிப் பிழிந்ததுடன் தீண்டாமையைக் காரணம் காட்டி ஒதுக்கிய வன்முறைமிக்க சமூக வரலாற்றினைப் பற்றிய பாரதியின் மதிப்பீடு, அறிவியல்பூர்வமானது அல்ல. சநாதனமான வைதிக சமயம் காலந்தோறும் விளிம்புநிலை மக்களை அடக்கியொடுக்கிச் சுரண்டியது பாரதியின் பிரக்ஞையில் ஏன் உறுத்தவில்லை என்பது முக்கியமான கேள்வி.சமூக உற்பத்திமுறை தோற்றுவிக்கும் முரண்பாட்டினைத் தனிமன விருப்பு வெறுப்பாகச் சுருக்குவது இயங்கியல் போக்கினுக்கு எதிரானது. இதனால்தான்

அவர் “அன்பினால் உலகத்தின் துன்பங்களை எளிதாக மாற்றி விடலாம்”[8] என்று தொழிலாளர் பிரச்சினைக்குத் தீர்வு தரமுயலுகிறார். அவருடைய தீர்வு நடைமுறைச் சாத்தியமற்றது. புரட்சிக்குப் பிந்திய சோவியத் ரஷியாவில் நடைபெற்ற உள்நாட்டுப் போர்கள், மோதல்கள் பற்றி மேலை ஏகாதிபத்தியங்கள் தொடர்ந்து நடத்திய கருத்தியல் பிரச்சாரம் பாரதியின் மனதில் பெரும் தாக்கத்தினை ஏற்படுத்தியுள்ளது. மார்க்சியம் பற்றிக் காரல் மார்க்ஸ், ஏங்கெல்ஸ், லெனின், டிராட்ஸ்கி போன்றோர் எழுதிய ஆவணங்களைப் பாரதி படித்தாரா என்பது தெரியவில்லை. அதற்கான வாய்ப்பு மிகவும் குறைவு. இதனால்தான் தொழிலாளர்களின் தொழிற்சங்கத்தை வரவேற்கும் பாரதிக்கு அவர்கள் அமைப்புரீதியில் அதிகாரத்தினைக் கைப்பற்றிடச் செய்யும் சமூக முயற்சிகள் வன்முறையாகத் தோன்றுகின்றன.

இந்தியாவில் ஏழைகளின் பசியைப் போக்கிடப் பாரதியார், தர்மகர்த்தா சோசலிச முறையினைத் தீர்வாக முன்மொழிகின்றார். அது நடைமுறையில் சாத்தியம் தானா என்பது குறித்து அவருக்கு அக்கறையில்லை. வறுமையில் வாடி எட்டையபுரம் ஜமீந்தாருக்குச் சீட்டுக்கவி எழுதும் நிலைக்குத் தள்ளப்பட்டவரான பாரதி சொத்துடையவர்கள் ஏழைக்கு உதவ வேண்டுமென்ற தர்மத்தினைப் போதிப்பது வேடிக்கையானது. சங்க காலத்திலிருந்தே செல்வந்தர்கள் அடுத்தவேளை உணவுக்கு வழியற்றுக் கையேந்தி நிற்கும் ஏழைகளுக்கு உணவிடுதலை ‘அன்னதானம்’, ‘தர்மம்’ என்று குறிப்பிடும் தமிழகத்துச் சூழ்நிலையினை எண்ணி வேதனையடையாமல், அதனை வறுமையைப் போக்கிடும் தீர்வாகப் பாரதி முன்வைப்பது நடைமுறையில் முரண்பாடானது. பூமண்டலத்தின் வறுமையைப் போக்கிட அவர் சொல்லும் உபாயம் முழுக்கப் புனைவு வயப்பட்டது. நிலஸ்வான்கள் கிராமந்தோறும் ஒன்று கூடி “... அந்தந்த தொழில்களுக்குத் தக்கப்படியாக ஆண், பெண், குழந்தை, முதியோர் இளைஞர், அத்தனைபேரிலும் ஒருவர் தவறாமல் எல்லோருக்கும் வயிறு நிறைய நல்லபடியாக ஆகாரம் கொடுத்து விடுகிறோம்.”[9] என்று தெய்வ சந்நிதியில் சத்தியம் செய்ய வேண்டும் என்று குறிப்பிடுகின்றார் பாரதியார். தினமும் உழைத்து வாழத் தயாராகவிருக்கும் அன்றாடங்காய்ச்சிகளின்

பிரச்சினையான உணவு மட்டும் செல்வந்தர்களின் சகாயத்தால் தீர்க்கப்படுமென்று பாரதியார் காணும் கனவு, நடைமுறை சாத்தியமற்ற 'உட்டோப்பியன்' வகைப்பட்டது. மனிதன் சுய அறிவுடன் சிந்தித்து இரு கரங்களால் உழைந்து வாழ்ந்திடும் 'உயிர்' என்பதற்கு மாறாகச் சொத்துடைமையாளர்களைச் சார்ந்து உணவு பெறுதல் என்பது ஒருவகையில் பிச்சை எடுப்பது போன்றது. அது, கேவலமானதும்கூட. செல்வம் குறித்த பாரதியின் மதிப்பீடு, அன்றைய நாட்டு விடுதலைப் போராட்டத்தில் முன்னிலை வகித்த தேசிய முதலாளிகளின் நலன்களைப் பாதுகாக்கிறது.

  தொழிலாளர் பற்றிய பாரதியின் பார்வை முழுக்க அகவயப்பட்டது. பாரதி, புறநிலை யதார்த்தத்தைப் பரிசீலனை செய்யாமல், நிலவும் சமூக, அரசியல் சூழலைப் பாதுகாக்கும்வகையில் கருத்தினை முன் வைத்துள்ளார்; முதலாளி X தொழிலாளி முரண்பாட்டினைச் சமூக உற்பத்தி உறவுடன் தொடர்புடையதாக இயங்கியல்ரீதியில் காணத் தவறிவிட்டார். முதலாளி சந்திக்க நேரிடும் போட்டியில் தன்னுடைய இடத்தைத் தக்க வைத்துக்கொள்ளவும் ஆதாயத்தைப் பெருக்கிடவும், தொழிலாளர்களைக் கசக்கிப் பிழிய வேண்டிய நிலையேற்படுகிறது. 'போட்டி' மிகு முதலாளியச் சந்தை குறித்து அக்கறையற்ற பாரதி, அதைத் தனிப்பட்ட முதலாளியின் பிரச்சினையாகச் சுருக்குகிறார். 'ஆகாவென்றெழுந்தது பார் யுகப்புரட்சி', "கிருதயுகம் எழுக மாதோ' போன்ற பாடல் வரிகள்மூலம் சமூக மாற்றம் பற்றி உற்சாகக் குரலெழுப்பிய பாரதி, உரைநடையில் மாறுபட்ட முடிவெடுத்துள்ளார். அவருடைய சமகாலத்திய அரசியல், பொருளியல் சூழலில் மாறிவரும் நிலைமைகளை அவதானிப்பதில் பாரதிக்குப் பிரச்சினையேற்பட்டுள்ளது. இந்தியாவில் வலுவாக இருந்த நிலவுடைமைச் சமுதாய அமைப்பின் கருத்தியலிருந்து வெளியேற இயலாமல் தவிக்கின்றார். சர்வதேசிய அளவில் சோவியத் ரஷியாவில் நடைபெற்ற புரட்சியின்போது நடைபெற்ற வன்முறையினைக் காரணம் காட்டி அதை ஒதுக்கிட முயலுகிறார். ஏற்கனவே இந்தியாவில் நிலவும் நிலவுடைமைச் சமுதாய அமைப்பினுக்குள் சிற்சில சீர்திருத்தங்கள் செய்து அவற்றை மாற்றாகப் பாரதி முன்வைக்கிறார். அமைப்புரீதியில் ஒன்று திரட்டப்பட்ட தொழிலாளர்கள் தங்கள் உரிமையை

நிலைநாட்டிட, ஆட்சியதிகாரத்தில் இருக்கும் ஆட்சியாளர்களைப் புரட்சியின்மூலம் தூக்கியெறிந்து பாட்டாளிவர்க்கச் சர்வாதிகாரத்தினை நிலை நிறுத்துவது என்ற மார்க்சிய நிலைப்பாட்டினுக்குப் பாரதியின் தொழிலாளர் கொள்கை முரண்பாடாக உள்ளது. எனவே பாரதியார் மார்க்சிஸ்ட் என்பது போன்று சிலர் முன்னிறுத்தும் ஒற்றைப்பிம்பம் பொருத்தமானது அல்ல. சமூக விடுதலையை நேசிக்கும் கவிஞன் என்ற நிலையில் ஜார் மன்னரை வீழ்த்திய சோவியத் புரட்சியை வரவேற்றுப் பாரதி பாடியது அன்றைய காலகட்டத்தில் முக்கியமானது என்பதே அவருக்குப் பெருமை தருவதாகும். மற்றபடி பாரதியின் கருத்தியலுக்குப் பொருந்தாத வேஷங்களைக் கொண்டுகூட்டி அவர்மீது திணிப்பது முரண்பாடானது; முறையற்றதும்கூட. இன்னும் சொன்னால் இத்தகைய முயற்சிகள் பாரதியாருக்குச் செய்யும் துரோகமுமாகும்.

சான்றாதாரம்

1. மஜூம்தார், ஆர்.சி. பிறர்., இந்தியாவின் சிறப்பு வரலாறு, சென்னை: தமிழ்நாட்டுப் பாடநூல் நிறுவனம், 1978. பக். 266—267.
2. மேலது ப.205
3. பாரதியார் கட்டுரைகள், சென்னை:பூம்புகார் பிரசுரம், ப.274
4. மேலது ப.279
5. மேலது ப.279
6. மேலது பக்.279—280
7. மேலது ப.288
8. மேலது ப.289
9. மேலது ப. 300.

குமுதம் தீராநதி, 2006 நவம்பர்

பாரதிதாசன் என்ற இலக்கிய ஆளுமையின் உருவாக்கம்

தமிழ் என்னும் மொழியினால் அடையாளப்படுத்தப்பட்ட நிலப்பரப்பில் வாழ்ந்து வரும் தமிழர்கள் வரலாற்றுப் பின்புலமும் பாரம்பரியமும் மிக்கவர்கள். இருபதாம் நூற்றாண்டின் தொடக்கத்தில் தமிழர் வாழ்க்கையானது பல்வேறு சமூகப் பிரச்சினைகளை எதிர்கொண்டிருந்தது. ஆங்கிலேய ஏகாதிபத்திய அரசினால் ஒடுக்கப்பட்டிருந்த பெரும்பாலான மக்கள், அடக்குமுறையினை எதிர்க்கும் மனப்பான்மை இல்லாமல், தலைவிதித் தத்துவத்தில் சமரசமாகி இருந்தனர். இன்னொருபுறம் வைதிக சநாதன சமயம் பிறப்பின் அடிப்படையில் மக்களிடையே ஏற்றத்தாழ்வுகளையும் தீண்டாமையையும் கற்பித்தது. இதனால், மக்களுக்குச் சேவை செய்யும் குயவர், கொல்லர், நாவிதர், வண்ணார், உழவர் போன்றோரைக் கேவலமாகக் கருதும் நிலை நிலவியது. பஞ்சமர் என அழைக்கப்பட்ட தலித்துகளை இந்து மதத்தின் பெயரால் அடக்கியொடுக்கும் அரசியல் ஆழமாக வேரூன்றிருந்தது. சாதி, மத ஒடுக்குமுறையுடன் பொருளாதார நிலையில் அல்லலுற்ற பல்லாயிரக்கணக்கான தமிழர்கள் பிஜி, மொரிஷியஸ், தென்னாப்பிரிக்கா, இலங்கை, மலேயா, டச்சுக் கயானா போன்ற நாடுகளுக்குக் கூலிகளாகக் கப்பலேறிப் போயினர். தமிழகமெங்கும் அடிக்கடி பஞ்சங்கள் வந்து, விளிம்பு நிலையினர் ஆயிரக்கணக்கில் மடிந்தபோது, ஆங்கிலேயரும் அவருடைய அடிவருடிகளான உயர் பணிகளில் உயர்ந்த இடங்களைப் பெற்று மகிழ்ச்சியுடன் வாழ்ந்த பார்ப்பனர்களும் கிராமப்புறங்களில் வசதியாக வாழ்ந்து வந்த மேல்சாதி நிலக்கிழார்களும் தொடர்ந்து வருணாசிரம முறையை வலியுறுத்தி வந்தனர். இதனால் வள்ளலார், பாரதியார் போன்ற கவிஞர்கள், ஏற்கனவே நிலவும் சமூக மதிப்பீடுகளைக் கேள்விக்குள்ளாக்கும் வகையில் கவிதைகள் எழுதினர். அவை ஓரளவு கல்வியறிவு பெற்றிருந்த விளிம்பு நிலையினரிடம் பாதிப்பை ஏற்படுத்தின.

இலக்கியம் என்பது முழுக்கக் கடவுளைத் துதிபாடுதல், பழைய சநாதன மரபினைப் போற்றுதல் என்ற நிலையிலிருந்து மாறுபட்டுச் சமூகப் பிரச்சினைகளை மையமிட்டுக் கவிதைகள் எழுதிய பாரதியாரின் இலக்கியம் தனித்துவமாக விளங்கியது. பாரதியாருடன் ஏற்பட்ட இலக்கியத் தொடர்பு காரணமாகப் புதுச்சேரியில் வாழ்ந்த கனகசுப்புரத்தினம் என்ற இளம் கவிஞர் தனது பெயரைப் பாரதிதாசன் என்று மாற்றிக்கொண்டது தற்செயலானது அல்ல. எதிர்காலத்தில் தமிழ்ச் சமூகத்தில் ஆளுகை செலுத்துவதற்கான செயற்பாடுகள், இளைஞரான பாரதிதாசனின் நடத்தையில் வெளிப்பட்டன. தனது வாழ்நாள் முழுக்கத் தமிழ், தமிழர் எனத் தன்னை அடையாளப்படுத்திக் கொண்ட கவிஞர் பாரதிதாசனின் கவிதைகள், தமிழ்ச் சமூகத்தில் ஆழமாக ஊடுருவின; நுட்பமான பாதிப்புகளை ஏற்படுத்தின. தமிழர் இனவாதத்தை முதன்மைப்படுத்திய கவிஞர் எனப் பாரதிதாசன்மீது பிற்காலத்தில் குற்றம் சாட்டப்பட்டாலும், அவருடைய சமூக அக்கறையானது பல்வேறு தளங்களில் வீர்யமான கவிதை வரிகளாக வெளிப்பட்டுள்ளது. பாரதிக்குப் பின்னர் பாரதிதாசன் என்ற இலக்கிய ஆளுமை உருவானதற்கான சமூகப் பின்புலம் ஆய்விற்குரியது.

பத்தொன்பதாம் நூற்றாண்டின் பிற்பகுதியில் ஆங்கிலேய ஏகாதிபத்தியத்திற்கு எதிரான கருத்துகள் இந்தியாவில் உருவாயின. இந்தியர்களின் பேராட்ட உணர்வினுக்கு வடிகாலாக ஹியூம் என்ற ஆங்கிலேயரால் 1885ஆம் ஆண்டு தோற்றுவிக்கப்பட்ட காங்கிரஸ் இயக்கம், பின்னர் விடுதலைப் போராளிகளின் களமாக மாற்றம் பெற்றது. குழந்தை மணம், சதி என்ற பெயரால் கணவனை இழந்த பெண்ணைச் சிதை நெருப்பில் எரித்தல் போன்றவற்றை வலியுறுத்தும் வருணாசிரமக் கொடுமைகளுக்கு எதிராக ஆங்கிலேய அரசு இயற்றிய சீர்திருத்தச் சட்டங்கள், சமூக அடுக்கில் உயர்நிலை வகித்த பார்ப்பனர்களுக்கும், மேல்சாதி இந்துக்களுக்கும் கோபத்தை ஏற்படுத்தின. தங்களுடைய மரபு வழிபட்ட ஆதிக்க உரிமைகள் பறிக்கப்பட்டதாகக் கருதிய சநாதனவாதிகள், கருத்துரீதியில் ஆங்கிலேயருடன் மோதத் தொடங்கினர்.

1857 இல் தொடங்கப்பட்ட சென்னைப் பல்கலைக்கழகம் மற்றும்

ஆங்கிலேயக் கல்வி முறை காரணமாகத் தமிழக இடைநிலைச் சாதியினர் விழிப்புணர்வு அடைந்தனர். சாதியின் பெயரால் ஒடுக்கப்பட்டு, தீண்டாமையினால் நசுக்கப்பட்ட அடித்தட்டு மக்கள், பண்பாடு என்ற பெயரில் இதுவரை நிலவிவந்த மூடத்தனங்களை எதிர்த்தனர். இன்னொருபுறம் அரசியல் விழிப்புணர்வு பெற்ற மக்கள், எதேச்சதிகாரக் கொடுமைகளுக்கு எதிராகக் கிளர்ந்தெழுந்தனர். இந்நிலையில் ஒடுக்கப்பட்ட மக்களின் நலன்களைப் பிரதிபலித்த விடுதலைப் போராட்ட இயக்கம், சமூக சீர்திருத்த இயக்கம் ஆகிய இரு அமைப்புகளும் தமிழகத்தைப் பொறுத்தவரையில், முக்கியமானவை. இவ்விரு இயக்கங்களின் சார்பில்லாமல், அன்றைய காலகட்டத்தில் எந்தவொரு சிந்தனையாளரும், இலக்கியவாதியும் இருக்க வாய்ப்பில்லை. விடுதலைப் போராட்டக்காலத்தில் செயற்பட்ட பாரதியின் கவிதைகள், புதிய தளத்தில் வீச்சாக வெளிப்பட்டன. தமிழகத்தைப் பொறுத்தவரையில் சநாதனக் கொடுமை ஆழமாக ஊடுருவியிருந்த சூழலில் பாரதிதாசன் போன்ற கவித்துவ ஆளுமை உருவானது காலத்தின் தேவையாகும். வடவர் எதிர்ப்பு, மூடநம்பிக்கை எதிர்ப்பு, கடவுள் மறுப்பு, சாதிகள் ஒழிப்பு, விதவை மறுமணம், பார்ப்பனிய எதிர்ப்பு, வருணாசிரம ஒழிப்பு, பகுத்தறிவு நோக்கு, தமிழின் மேன்மை, தமிழரின் பண்பாட்டுச் சிறப்பு போன்றவை குறித்துப் பாடல்களும் கவிதைகளும் எழுதிய பாரதிதாசனின் ஆளுமை, அன்றைய தமிழ்ச் சமூகத்துடன் நெருங்கிய தொடர்புடையது.

இரண்டாயிரம் ஆண்டுகளாக வருணாசிரம முறையை வலியுறுத்திய வைதிக சநாதனம், தமிழகத்தில் சோழப் பேரரசின்போது, மேலாதிக்கம் பெற்று, அரசியல்ரீதியில் மக்களை ஒடுக்கியது. கோயிலில் வழிபாட்டு மொழியாக இருந்த தமிழ் புறக்கணிக்கப்பட்டுச் சமஸ்கிருதம் ஆதிக்கம் பெற்றது; பெரும்பான்மைத் தமிழரின் பொருளியல் வாழ்க்கை சிதைவடைந்தது. சாதி, தீண்டாமை, பாவபுண்ணியம், கர்மவினை, தலையெழுத்து போன்ற கருத்துகளைப் புராணங்கள், இதிகாசங்கள், வேதங்கள் போன்றவற்றின் மூலம் பரப்பித் தமிழர்களை அடிமைப்படுத்தும் சூழல் ஏற்படுத்தப்பட்டது. இதன்மூலம் சமூக அடுக்கில் பார்ப்பனர்கள் தொடர்ந்து உயர்நிலை

வகித்தனர். தமிழர்களின் பண்பாட்டுச் சீரழிவுகளுக்குக் காரணம் ஆரியர்களான பார்ப்பனர்களே என்ற கருத்தை முன்வைத்துப் போராட முனைந்த சமுதாயச் சீர்திருத்த இயக்கத்தினரின் நோக்கத்தில் பொருளாதார நலனும் புதைந்திருந்தது. 1882 ஆம் ஆண்டு முதல் 1904ஆம் ஆண்டு வரை மாநில சிவில் பணியில் 16இல் 15 பேர் பார்ப்பனராகவும், உதவிப் பொறியாளர்களில் 21இல் 17 பேர் பார்ப்பனராகவும், துணை மாவட்ட ஆட்சியர்களில் 147இல் 77 பேர் பார்ப்பனராகவும், 128 மாவட்ட முனிசிப்புகளில் 98 பேர் பார்ப்பனராகவும் இருந்தனர். இப்புள்ளிவிவரம் அன்று ஆங்கிலேய அரசில் பார்ப்பனர் பெற்றிருந்த செல்வாக்கைக் காட்டுகின்றது. இதே காலகட்டத்தில் வளர்ந்து வந்த காங்கிரஸ் இயக்கத்திலும் பார்ப்பனர்களின் கை மேலோங்கியிருந்தது. இத்தகு சூழலில் பார்ப்பனர் அல்லாதவர்கள் அரசு நிர்வாகத்தில் பங்கேற்க முயன்றனர். கருத்தியல்ரீதியில் பார்ப்பனர்களின் மேலாதிக் கத்தைத் தகர்க்க முயன்றனர். 1916 இல் தோற்றுவிக்கப்பட்ட 'தென்னிந்திய நலவுரிமைச் சங்கம்' பார்ப்பனர் அல்லாதவர் களின் நலன்களை முன்னிறுத்தியது. பின்னர் அது நீதிக்கட்சியாக மாற்றம் பெற்றது. வடக்கிலிருந்து வந்த பார்ப்பனர்கள், தமது சூழ்ச்சித் திறனால், தமிழர்கள்மீது ஆதிக்கம் செலுத்தி அடிமைப்படுத்தினர் எனவும், இத்தகைய அடிமைநிலைக்கு எதிராகச் சுயமரியாதையுடன் விளங்குவதன் மூலம் திராவிட இனத்தின் சிறப்பைப் போற்ற முடியும் என்று திராவிட இயக்கத்தினர் கருதினர். அரசியல்ரீதியில் போராடி ஆங்கிலேயரின் ஆட்சியதிகாரத்தை வீழ்த்துவதைவிட, பார்ப்பனர்களின் மேலாதிக்கத்தில் வீழ்ந்து கிடக்கும் திராவிடர்களை விடுவிக்கச் சமுதாயப் புரட்சியே உடனடித் தேவையென்பது திராவிட இயக்கத்தினரின் கருத்து. இத்தகைய திராவிடர்—ஆரியர் இன முரண்பாடு, அன்றைய காலகட்டத்தில் வெளியான கலை இலக்கியப் படைப்புகளில் மூட நம்பிக்கைகள் ஒழிக்கப்பட்டுப் வெளிப்பட்டது. புதியதோர் உலகம் செய்யப்பட வேண்டுமென்ற திராவிட இயக்கத்தாரின் கருத்துகள் எங்கும் பரவின. இத்தகைய பின்புலத்தில்தான் பாரதிதாசன் என்ற கவிஞரின் எழுச்சியை மதிப்பிட வேண்டும்.

புதியதோர் உலகம் செய்வோம் — கெட்ட
போரிடும் உலகினை வேரோடு சாய்ப்போம்

என்று தன்னையும் உளப்படுத்திக் கவிதை பாடிய பாரதிதாசனின் இளமைப் பருவம் வேறுவயப்பட்டது. கனகசுப்புரத்தினம் என்ற முதலியார் வீட்டு இளைஞரின் பள்ளிப் பருவம் மரபு வழிபட்டது. பாரதிதாசனின் தந்தையரான கனகசபை முதலியார் சைவ நெறியினர்;ஆகமங்களில் நம்பிக்கை மிக்கவர். பாரதிதாசன் பள்ளிக்கூட ஆசிரியர் திருப்புளிசாமி வைணவர். அவர் மார்கழி மாதம் தெருக்களில் பாரதிதாசன் உள்ளிட்ட மாணவர் பஜனைக் குழுவினர் மூலம் திருப்பாவை பஜனை நடத்தினர். மயிலம் ஸ்ரீ சுப்பிரமணியர் துதியமுது, மயிலம் ஸ்ரீ சண்முகர் வண்ணப் பாட்டு, மயிலை ஸ்ரீ சண்முகக் கடவுள் பஞ்சரத்னம் ஆகிய மரபு வழிபட்ட சந்தப் பாடல்களைப் பாடிய கனக சுப்புரத்தினம் பதின்பருவத்தினர். காங்கிரஸ் பேரியக்கத்தின் தொடர்பு ஏற்பட்ட பின்னர், பாரதியாரின் முன்னால் சக்தியின் பெருமையைப் பாடியது, கதர்ப்பாடல் பாடியது போன்றவை கனக சுப்புரத்தினம் என்ற இளைஞனிடம் ஏற்பட்ட மாற்றங்களின் வெளிப்பாடுகள். பாரதியாரிடம் கொண்ட ஈடுபாட்டினால் பாரதிதாசன் என்ற புனைபெயரைப் புனைந்துகொண்ட கனக சுப்புரத்தினம் உணர்ச்சிப் பெருக்குடையவர். அவர் வாழ்ந்த காலகட்டத்தில் நிலவிய அரசியல், சமூக நிலைமைகள் ஏற்படுத்திய பாதிப்புகள் வழியாகத் தனது அடையாளத்தை ஏற்படுத்திக்கொண்டார். இந்திய தேச விடுதலை, காந்தி, ஒத்துழையாமைக் கொள்கை, விடுதலைப் போராட்டத் தலைவர்கள், பாரத மாதா எனப் புதிய பாடுபொருளில் எளிய நடையில் பாடல்கள் பாடியது பாரதிதாசனுக்குள் கருத்தியல்ரீதியில் ஏற்பட்ட புதியதொரு மாற்றம். சமூக அக்கறையுடன், சமூகக் கருத்துகளைப் பாடலாக்கியது, பாரதியாரின் தொடர்பால் பாரதிதாசனுக்கு ஏற்பட்டதாகும். பாரதிதாசன் திருபுவனையில் ஆசிரியராகப் பணியாற்றியபோது, பிரெஞ்சு அரசுக்கு எதிராகச் செயல்பட்டார் என அரசினால் குற்றம் சாட்டப்பட்டுச் சிறையில் அடைக்கப்பட்டார்; பணி நீக்கம் செய்யப்பட்டார். ஆனால் அரசின் முடிவு தவறானது என நீதிமன்றத்தில் வழக்குத் தொடுத்து மீண்டும் ஆசிரியர் பணியில் சேர்ந்தார். பாரதிதாசன் தனது 28 ஆம் வயதில் அரசை எதிர்த்துப் போராடிய மனநிலை, அவரைக் கருத்தியல் போராளியாக மாற்றுவதற்கான பின்புலமாகும்.

மாயவரத்தில் 1928இல் நவம்பர் மாதம் நடைபெற்ற கூட்டத்தில் பெரியாரும் வரதராஜுலு நாயுடுவும் பேசிய பேச்சுகளைக் கேட்பதற்காகச் சென்ற பாரதிதாசனின் மனதில் மாற்றம் ஏற்பட்டது. பெரியார் என்ற ஆளுமையினால் சர்க்கப்பட்டு ஒரே நாளில் பாரதிதாசன் மனம் மாறினார் என்று ஆய்வாளர் சிலர் கருதுகின்றனர். அக்கருத்து ஏற்புடையதன்று. இறைநம்பிக்கையுடன் சராசரி மனிதராக வாழ்ந்த பாரதிதாசன் தனது 46ஆவது வயதில் திடீரென திராவிடர் கழகத்தின் கருத்துகளால் ஈர்க்கப்பட்டிருக்க வாய்ப்பில்லை. பாரதியுடன் ஏற்பட்ட தொடர்பு காரணமாகப் பாரதிதாசனுடைய மனப் பரப்பு ஏற்கனவே விசாலமடைந்திருந்தது. மணியாச்சி ரயில்நிலையத்தில் மாவட்ட ஆட்சியர் கொலை வழக்கில் தேடப்பட்ட மாடசாமிக்கு அடைக்கலம் தந்ததுடன், அவரைக் கட்டுமரத்தில் அழைத்துச் சென்று நடுக்கடலில் சைகோன் செல்லும் கப்பலில் ஏற்றி அனுப்பி வைத்துள்ளார், பாரதிதாசன். அன்று தமிழகமெங்கும் பாபாப்பாகப் பேசப்பட்ட கொலை வழக்கினில் சிக்கியவரைக் காப்பாற்றிய செயல், பாரதிதாசனின் துணிச்சலான மனநிலைக்கு எடுத்துக்காட்டு. பாரதியினால் புதிய பாதைக்கு வழிகாட்டப்பட்ட நிலையில், அவருக்குத் தொண்டு செய்கின்றவன் என்ற நிலையில் பாரதிதாசன் என்ற புனைபெயரைப் புனைந்துகொண்டவர், பாரதி வழியில் தொடர்ந்து செல்லவில்லை. ஒருவர் தன்னுடைய இயல்பிலிருந்து முழுக்க மாறுவது, இன்னொருவரின் தொடர்பினால் சாத்தியமில்லை என்தற்குப் பாரதி — பாரதிதாசன் உறவு சிறந்த சான்று.

1935 இல் ஸ்ரீ சுப்பிரமணிய பாரதி கவிதா மண்டலம் என்ற பெயரில் பாடல், கவிதைகளுக்கெனத் தனியான இதழினைப் பாரதிதாசன் கொண்டுவந்தார். அந்த இதழ் இந்திய அளவில் முதன்முதலாகப் பாடலுக்கெனத் தனியாகத் தொடங்கப்பட்டது என்ற நிலையில், பாரதிதாசனுக்கும் கவிதைக்குமான நெருங்கிய உறவினைப் புரிந்துகொள்ள முடியும். புதுவை கலைமகள், தேசோபகாரி, ஆனந்தபோதினி, சுதேசமித்திரன், தேசபக்தன் ஆகிய இதழ்களில் தொடர்ந்து கவிதைகளும் கட்டுரைகளும் எழுதிக்கொண்டிருந்த பாரதிதாசனுக்குள் படைப்பு மனம் நுட்பமாகச் செயல்பட்டது. பாரதிதாசன் தனது முதல்

கவிதைத் தொகுதியைக் காலம் தாழ்த்தி தனது 47 ஆவது வயதில் வெளியிட்டதற்கான பின்புலம் ஆய்விற்குரியது. பல்வேறு சமூக நிகழ்வுகளில் கொண்டிருந்த ஈடுபாடு அல்லது தன்னடக்கம் காரணமாகப் பாரதிதாசன் என்ற கவிஞர் பிம்பம் அவருக்குள் மெல்லத்தான் படிந்தது.

விடுதலைப் போராட்டம் வீச்சாகப் பற்றிப் படர்ந்திருந்த நிலையில், அரசியல் விடுதலையைவிட சமுதாய விடுதலைக்குப் பாரதிதாசன் முன்னுரிமை தந்துள்ளார். 1938ஆம் ஆண்டில் வெளிவந்த அவருடைய முதல் கவிதைத் தொகுதியில் சமுதாய நோக்குடைய கவிதைகள் பெரிதும் இடம் பெற்றிருந்தன. 1920இல் பாரதியின் இறப்பினுக்குப் பின்னர் பாரதிதாசனுக்குள் ஏற்பட்ட மாற்றம், 1928இல் அவரைப் பெரியாருடைய கருத்துகளிடம் கொண்டு போய்ச் சேர்த்துள்ளது. திராவிட நாடு பற்றிய பேச்சுடன், பொதுவுடைமைக் கொள்கை பற்றிய பாரதிதாசனின் பாடல்கள் கவனத்திற்குரியன.

“பெண்ணடிமை தீருமட்டும் பேசுந் திருநாட்டின் மண்ணடிமை தீர்ந்து வருதல் முயற்கொம்பே”

இந்திய நாட்டின் அடிமை நிலை மாற வேண்டுமெனில் சமுதாய மறுமலர்ச்சி தேவை என்ற கருத்து, பாரதிதாசன் என்ற ஆளுமை உருவாக்கத்தில் முக்கியமானது.

“பேதம் வளர்க்கப் பெரும்பெரும் புராணங்கள்

……………………..

இந்த நிலையில் சுதந்திரப் போரெங்கே?

கொந்தளிப்பில் நல்லதொரு கொள்கை

முளைப்பதெங்கே?”

தேசிய உணர்வு என்பது பாரதிதாசனின் ஆழ்மனதில் அழுத்தமாகப் படிந்துள்ளது. அது, காங்கிரஸ் இயக்கமும் பார்ப்பனர்களும் சுட்டும் தேசியம் அல்ல. எல்லாருக்கும் எல்லாம் என்ற மனநிலையில் சமுதாய ஏற்றத்தாழ்வற்ற சூழலை எண்ணிக் கனவு காணும் பாரதிதாசன், நடப்புப் பிரச்சினைக்கு

முன்னுரிமை தந்துள்ளார். அம்பேத்கர், பெரியார் போன்ற சமுதாயச் சீர்திருத்தவாதிகளும் சமுதாய மறுமலர்ச்சிக்கு முக்கியத்துவம் தந்தது இங்கு ஒப்பு நோக்கத்தக்கது.

ஆங்கிலேயரின் தொடர்பு, ஆங்கிலக் கல்வி காரணமாக விழிப்படைந்த விளிம்புநிலையினர், ஏற்கனவே பல நூற்றாண்டுகளாக அடக்கியொடுக்கியிருந்த பார்ப்பனர் உள்ளிட்ட மேல்சாதியினர் மீது வன்மமும் விரோதமும் கொள்வது இயற்கையானதுதான். இந்நிலைமைக்குப் பாரதிதாசனும் விலக்கு அல்ல என்பதை அவருடைய பாடல்கள் புலப்படுத்துகின்றன.

பார்ப்பனர் பெற்றுள்ள சமூக மேலாதிக்கத்திற்குப் பின்புலமாக கடவுள், புராணம் போன்றவற்றை முன்னிறுத்தும் இந்து மதத்தினை நொறுக்குவது என்பது 1930களில் சமூகத் தேவையாக இருந்தது. பொதுவுடைமை கொள்கையை உயிர் எனக் கருதும் பாரதிதாசன், பார்ப்பனிய எதிர்ப்பினை வலியுறுத்துவது பொருத்தமானதே. பாரதிதாசன் 'சாதி, சமயம்' என்ற குறுகிய எல்லைக்குள் தனது கவித்துவ சுருக்கிக்கொண்டார் என்ற பார்வை, வரலாற்றியல் அணுகுமுறைக்கு முரணானது.

1917இல் நடைபெற்ற சோவியத் புரட்சி, புதிய ஐந்தாண்டு திட்டங்களின் மூலமாக வேகம்வேகமாக வளர்ச்சி பெற்ற சோவியத் ரஷியா, லெனின், ஸ்டாலின் போன்றோரின் சமூக நலத்திட்டங்கள் என ரஷியா பற்றிய பல்வேறு தகவல்கள் 1930களில் வெளியாகிக்கொண்டிருந்தன. பெரியார், பொதுவுடைமைக் கட்சி அறிக்கையினை மொழிபெயர்த்து 1931இல் குடியரசு இதழில் வெளியிட்டார். 1932இல் சோவியத் ரஷியா பயணம் மேற்கொண்டு திரும்பிய பெரியார் 'பொதுவுடைமைத் தத்துவங்கள்' நூலை வெளியிட்டார்; 'புரட்சி' வார இதழைத் தொடங்கினர். லெனின் பற்றிய கட்டுரையைப் புரட்சி இதழில் வெளியிட்டதற்காகப் பெரியார் சிறையில் அடைக்கப்பட்டார். பெரியாரின் சீர்திருத்தக் கருத்துகளால் கவரப்பட்ட பாரதிதாசன், பொதுவுடைமைக் கொள்கைமீது பெரிதும் அக்கறைகொண்டிருந்தார். இத்தகைய நிலைப்பாட்டில் பாரதிதாசனின் நடைமுறை பாரதியிடமிருந்து முழுக்க வேறுபட்டுள்ளது. 1917 பிப்ரவரியில் ரஷியாவில் ஜார் மன்னரை அகற்றுவதற்காக மென்ஷ்விக்குகள் முன்னெடுத்த

புரட்சியை வரவேற்றுப் பாரதியார் பாடல் பாடியுள்ளார். பின்னர் 1917 நவம்பரில் போல்ஷ்விக்குகள் லெனின் தலைமையில் ஆட்சியைக் கைப்பற்றி, சோசலிச அரசை நிறுவ முயன்றபோது ஏற்பட்ட வன்முறையினைப் பற்றிக் கேள்விப்பட்ட பாரதியார், "லெனின் வழி சரியில்லை, ஸ்ரீமான் லெனின் சொல்வது முற்றிலும் தவறான கொள்கை, தம்மைத் தாமே உணராத பரம மூடர்" என்று கண்டித்துள்ளார். பாரதிதாசன் பொதுவுடைமைக் கொள்கையை வரவேற்றதுடன் லெனினைப் போற்றியுள்ளார்.

1924இல் லெனின் இறந்தபோது, பாரதிதாசன் 'காலஞ் சென்ற நிக்கோலாய் லெனின்' என்று பாமாலை சூட்டுகிறார். ஆட்சியைப் பொதுமை செய்', 'உடைமை பொதுவே' என ஆத்திசூடியில் குழந்தைகளுக்காகப் பாரதிதாசன் பாடியிருப்பதும் கவனத்திற்குரியது. பாரதிதாசன் என்ற கவிஞரின் பன்முகப்பட்ட ஆளுமைகளைக் கருத்தில் கொள்ளாமல், அவரை வகுப்புவாதம் பேசிய கவிஞர் என்று தமிழகத்து இடதுசாரி அமைப்பினர் அண்மைக்காலம் வரை குற்றம் சாட்டி வருகின்றனர். இத்தகைய குற்றச்சாட்டு ஒருபக்கச் சார்புடையயது. தேசிய உணர்வு என்ற பொத்தாம் பொதுவான லேபிளின் கீழ் அனைத்தையும் குழிதோண்டிப் புதைப்பது ஏற்புடையதல்ல.

1885இல் தொடங்கப்பெற்ற காங்கிரஸ் இயக்கம், 1927இல் தான் சென்னையில் கூடி, தேசிய சுதந்திரம் பெறுவதே தனது குறிக்கோள் என்று முதன் முதலில் முடிவெடுத்துள்ளது. 1942இல் 'வெள்ளையனே வெளியேறு' எனப் போராட்டம் உச்சநிலை அடைந்தது. தேசியத்தை லட்சியமாகக்கொண்ட காங்கிரஸ் இயக்கத்திற்கு 'அந்த முடிவை' எடுக்கப் பல்லாண்டுகள் ஆகியுள்ளன. இந்நிலையில் கவித்துவ ஆளுமை மிக்க பாரதிதாசன் என்ற கவிஞரைத் தேசியக்கவிஞராக மட்டும் இருக்க வேண்டும் என ஒற்றைத்தன்மையில் எதிர்பார்ப்பது சரியல்ல. ஆங்கிலேயரின் ஆட்சிக்காலத்தில், நிர்வாக வசதிக்காகவும், ஒட்டுமொத்தச் சுரண்டலுக்காகவும், பல்வேறு தேசிய இனங்களாக இருந்த, பல்வேறு மொழிகள் பேசும் மக்களை ஒரே கண்ணியான 'நாடு' என்பதில் இணைக்கும் முயற்சி மேற்கொள்ளப்பட்டது. ஒரு வகுப்பு, சாதியினர் இன்னொரு பிரிவினரைப் பண்பாடு, பொருளியல ரீதியில் அடக்கியொடுக்க

முயலும்போது 'தேசியம்' என்ற சொல் கேள்விக்குரியதாகிறது. ஒவ்வொரு தேசிய இனங்களின் தனித்துவமும் அடையாளமும் ஏற்றத்தாழ்வு இன்றி பேணப படும் போதுதான் 'தேசியம்' என்பது அர்த்தமுடையதாகும். அவ்வகையில் பாரதிதாசன் முன்னிறுத்திய தமிழ்த் தேசியம், நாட்டின் ஒருமைப்பாட்டினுக்கு ஆதரவானது. ஒரு முனையில்பொதுவுடைமைக் கருத்தும், இன்னொரு முனையில் தமிழ்த் தேசியக் கருத்தும் பேசிய பாரதிதாசன், அன்றைய கால கட்டத்தின் வெளிப்பாடு.

தமிழ், தமிழர், தமிழினம் என்று தமிழ்த் தேசிய உணர்வினுக்குச் சார்பாகக் கவிதையெழுதிய பாரதிதாசன், வைதிக சநாதன சமயத்தை மட்டும் வெறுத்தவர் அல்ல; உலகிலுள்ள மதங்கள் யாவும் மனித வளர்ச்சிக்கு எதிரானவை என்ற நிலையில் மார்க்சிய லெனினியக் கருத்துகளை 'உட்டோப்பியா' மனநிலையில் வரவேற்கிறார்.'

"சேசு முகம்மது என்றும் — மற்றும்
சிவனென்றும் அரியென்றும் சித்தார்த்தென்றும்
பேசி வளர்க்கின்ற போரில் — உன்
பெயரையும் கூட்டுவர் நீ ஒப்ப வேண்டாம்"

'பாரடா மானிடப்பரப்பை' என்ற சர்வதேச மனிதனாகத் தன்னைக் கருதிய பாரதிதாசனின் மனநிலை குறுகிய இன, சாதி, சமய, பால் வேறுபாடுகளுக்கு அப்பாற்பட்டது.

அரசியல் விடுதலைதான் முதன்மையானது. அதனைத் தொடர்ந்து பொருளாதார விடுதலை கிடைக்கும் என்று நம்பிக் கொண்டிருந்தவர்களிடையே பாரதிதாசனின் அணுகுமுறை வேறுபட்டது. அன்றைய உடனடிப் பிரச்சினைகளிலிருந்து விடுபட்டு மனிதனை மனிதன் மதிக்கின்ற உண்மையான சமுதாய விடுதலையின்மூலம்தான் பொருளாதார விடுதலை சாத்தியம் என்று கருதியவர், பாரதிதாசன். அவருடைய கருத்தினை ஏற்காமல், இனவாதம் பேசுகின்றார் என அவரைப் புறக்கணித்தவர்களில் இடதுசாரிகளும் அடங்கும். இன்று இந்திய நாடு விடுதலையடைந்து 63 ஆண்டுகள் கடந்த பின்னரும் நான்கு ஐந்தாண்டுகள் திட்டம் நிறைவேறிய பின்னரும், உணவு

உற்பத்தியில் பற்றாக்குறை உள்ளது; தூய குடிநீர், தூய காற்று இல்லாத சூழல். அதிலும் உலகமயமாக்கலுக்குப் பின்னர் இந்தியாவின் சுயேச்சையான பொருளாதாரம், அரசியல் என்பது கேள்விக்குறியாகி விட்டது. எல்லாவற்றையும் நுகர்பொருள் பண்பாட்டிற்குள் அடக்கி, வணிகமயமாக்கும் நிலையில் எல்லாவிதமான அடையாளங்களையும் அழித்தொழிக்கும் முயற்சிகள் துரிதப்படுத்தப்படுகின்றன. இன்னொருபுறம் தமிழ் போன்ற வரலாற்றுப் பழமையான மொழிகள், தமது பாரம்பரியத்தை இழப்பதுடன் வீட்டு மொழியாகச் சுருங்கிக் காலப்போக்கில் அழிந்துவிடும் அபாயத்தையும் கவனத்தில் கொள்ள வேண்டியுள்ளது. எனவே தமிழ் அடையாளத்தை முன்னிறுத்திப் பாரதிதாசன் இயற்றிய கவிதைகள், இன்று மீண்டும் தேவைப்படுகின்றன.

பாரதிதாசன் என்ற படைப்பாளியின் இரண்டாம் கட்ட நிலை, 1938—இல் வெளிவந்த 'எதிர்பாராத முத்தம்' தொகுப்பிலிருந்து வெளிப்படுகிறது. பெரியாரின் சுயமரியாதைக் கருத்துகளைத் தனது லட்சியமாகக்கொண்ட பாரதிதாசனின் பயணம் புதிய தடத்தில் பயணிக்கிறது. நூலின் முதல் பகுதியில் ஆரியரின் சூழ்ச்சிக்குப் பலியான காதலரின் கதை விவரிக்கப்பட்டுள்ளது. இரண்டாம் பகுதியில் சைவ சமயத் துறவியான குமரகுருபரரைப் போற்றுவது பாரதிதாசன் என்ற ஆளுமையில் ஏற்பட்ட பின்னடைவுதான்.

"திருமலிந்து மக்கட்குச் செம்மை பாலிக்கும்

தரும்புரம் வீற்றிருக்கும் சாந்த குருமூர்த்தி"

குமரகுருபரர் வடக்கே காசியில் மடம் நிறுவியது குறித்துப் பாரதிதாசன் புகழ்வது, இதுவரையில் பெரியாரின் வழியில் சுயமரியாதைக் கருத்துகளுக்கு முன்னுரிமை தந்து பாடியதுடன் முரண்படுகிறது. கவிஞன் என்ற நிலையில் கருத்துரீதியில் பாரதிதாசன் கொள்ளும் உணர்ச்சிப்பெருக்கு அவருடைய அன்றாட வாழ்க்கையிலும் தொடர்ந்து வெளிப்பட்டுள்ளது. 1934ஆம் ஆண்டு மணிக்கொடி இதழில் ந.பிச்சமூர்த்தி எழுதிய 'காதல்' என்ற புதுக்கவிதை பிரசுரமானது. அதனைத் தொடர்ந்து சிவாஜி, சூறாவளி, கலாமோகினி, கிராம ஊழியன் போன்ற இதழ்களில் புதுக்கவிதைகள் வெளியாகின. அன்றைய

காலகட்டத்தில் யாப்பின் செல்வாக்கு வலுவாக இருந்தமையினால், புதுக்கவிதை என்பது விஜிடபிள் பிரியாணி, கோவேறு கழுதை எனக் கேவலமாகக் கருதப்பட்டது. இத்தகு சூழலில் மரபு வழிபட்ட புலமைச் செருக்குடைய பாரதிதாசன் புதுக் கவிதையைப் பற்றி என்ன கருதினார் என்பது தெரியவில்லை. 1938 இல் தான் பாரதிதாசனின் முதல் கவிதைத் தொகுதி வெளியாகியுள்ளது. மேலைநாட்டுக் கவிஞர்களான டி.எஸ்.எலியட், எஸ்ரா பவுண்ட் போன்றோரின் கவிதைகளின் தாக்கமும், பாரதியாரின் வசன கவிதைகளும் தமிழ்க் கவிதை ஆக்கத்தில் மெல்லப் பாதிப்பை ஏற்படுத்தி, வடிவரீதியில் மாற்றமேற்படுத்திக் கொண்டிருந்தன. 1955 இல் வெளியான எழுத்து இதழ் புதுக்கவிதைக்கு முக்கியத்துவம் தந்து தொடர்ந்து வெளியாகிக் கொண்டிருந்தது. பாரதிதாசன் தனது கவிதையாக்கத்தில் அவற்றைப் புறந்தள்ளிவிட்டு, வழிபட்ட நிலையில் 1962இல் கண்ணகி புரட்சிக் காப்பியம், மணிமேகலை வெண்பா எழுதிக் கொண்டிருந்தார். மாறிவரும் இலக்கியச் சூழல் குறித்துப் பாரதிதாசன் தனது வாழ்நாளின் இறுதிவரையிலும் அக்கறை கொண்டிருக்கவில்லை. அவர் வாழ்ந்த காலகட்டத்தில் எது கவிதை எனப் பொதுப்புத்தி நிலவியதோ, அதையே பின்பற்றினார். சமுதாயச் சீர்திருத்தக் கருத்துகளில் புரட்சிகரமான மாற்றம் வரவேண்டுமென விழைந்த பாரதிதாசன் கவிதை வெளிப்பாட் அழுத்தந்திருத்தமாக மரபினையே பெரிதும் நம்பினார்.

தமிழறிஞர் தெ.பொ.மீ.பற்றி 'குயில்' இதழில் விமர்சனக் கவிதைகள் எழுதிய பாரதிதாசன், ஆதாரங்களைக் கருத்தில் கொள்ளாமல், பிறர் சொல்வதை உண்மை என்று நம்பி முடிவு எடுக்கும் இயல்புடையவர் என்று அவருடன் பல்லாண்டுகள் நெருங்கிப் பழகிய ஈரோடு தமிழன்பன் குறிப்பிட்டுள்ளார். அவர் விவரிக்கிறார்:நான் தெ.பொ.மீ. அவர்கள் பற்றி ஒருநாள் கேட்டேன்.

"அவன் ரொம்ப நல்லவன்பா"

நான் குறுக்கிடவில்லை.

"என்னன்னு கேளு! புலவர்குழுக் கூட்டம் நடந்தப்போ நான் சாப்பிட்டு எழுந்து வர்றேன். கை கழுவ அவன் தண்ணி எடுத்து

ஊத்தறான்பா. நாமதான் கண்டபடியா எழுதிட்டோம்."

தமிழுக்குப் பகைவன் தெ.பொ.மீ என்று கடுமையாகத் தாக்கி எழுதிய பாரதிதாசன், ஒரு சிறிய செயலின் காரணமாகக் கனிந்து தன்மீது வருத்தம் கொள்கிறவராக மாறிப் போனார். இதுதான் பாரதிதாசனின் இன்னொரு முகம்; பலரும் அறியாதது; கவிதை மனம்.

பார்ப்பன எதிர்ப்பு என்று கடைசிவரையிலும் பேசிக் கொண்டிருந்த பாரதிதாசன், பாரதியாரைப் பற்றிக் குறிப்பிடும்போது, 'ஐயர்' என்று மரியாதையாகக் குறிப்பிடுகிறார். பாரதியாரிடம் தனிப்பட்ட முறையில் அவர் கொண்டிருந்த பேரன்பு, அவருடைய இறுதிக்காலத்திலும் யாராவது பாரதியாரைப் பற்றித் தரக்குறைவாகப் பேசினாலோ, பாரதியின் பாடல்களைத் தவறாகப் பாடினாலோ கோபம்கொண்டு கடுமையான சொற்களால் திட்டுவதைப் பாரதிதாசன் வழக்கமாகக் கொண்டிருந்தார். பாரதிதாசன் வாழ்க்கையில் நடைபெற்ற சம்பவங்களை அவதானிக்கும்போது, அவர் தனிப்பட்ட பார்ப்பனர்களை வெறுக்கவில்லை; வருணாசிரமத்தைத் தூக்கிப் பிடித்து, பிறப்பின் அடிப்படையில் உயர்வு தாழ்வினை நியாயப்படுத்தும் பார்ப்பனியத்தைத்தான் கடுமையாகச் சாடினார் என அறிய முடிகிறது.

பாரதிதாசன் என்ற கவிஞரின் ஆளுமை உருவாக்கத்தில் பெரியாரின் கருத்துகள் முக்கியமான இடம் வகிக்கின்றன. பெரியாரின் சுயமரியாதை இயக்கக் கருத்துகளைச் 'சுயமரியாதை கொள் தோழா' என்று வரவேற்றுப் பாடியுள்ளார். மதம், புராணம், இதிகாசம், கடவுள், மூடப்பழக்கவழக்கம் போன்றன குறித்த பெரியாரின் கருத்துகளைச் 'சஞ்சீவி பர்வதத்தின் சாரல்' என்ற குறுங்காவியத்தில் பதிவாக்கியுள்ளார். பாரதிதாசன் பெண் பற்றிய தனது கட்டுரையில் கருத்தடை பற்றிப் பெரியார் குறிப்பிட்டதைக் 'காதலுக்கு வழிவைத்துக் கருப்பாதை சாத்தக் கதவொன்று கண்டறிவோம்' எனப் பாரதிதாசன் கவிதை வரிகளாக்கியுள்ளார். பெண்கள் மீதான அக்கறையினால் கருத்தடை முறை வேண்டும் என இந்தியாவில் முதன்முதலாகக் கவிதை எழுதியவர் பாரதிதாசன்தான். மரபு வழிப்பட்ட புலவர் பரம்பரையில் வந்த

பாரதிதாசன் கருத்தடை பற்றிக் கவிதை பாடியது, அவருடைய சமூக ஈடுபாட்டின் இன்னொரு பரிமாணம். பாரதிதாசனின் கவிதை வரிகளில் பெரியாரின் சிந்தனை எந்த அளவில் ஆழமாக ஊடுருவியுள்ளது என ஆராய்ந்தால் அது தனித்தொரு நூலாகும். தமிழரின் வாழ்க்கையில் பெரியாரின் வருகைக்குப் பின்னர் தான் விடியல் தோன்றியது என்ற நம்பிக்கையுடைய பாரதிதாசன் என்ற கவியின் ஆளுமை உருவாக்கத்தில் பெரி யாரின் எழுத்துகள் பெரும் செல்வாக்குச் செலுத்தியுள்ளன.

திராவிட இயக்க இலக்கியப் படைப்புகள் பெரும்பாலும் அரசியல் நோக்கம் கருதிப் படைக்கப்பட்டவை. தனிப்பட்ட படைப்பாளியின் மன விகாரங்களையும் மன அலசல்களையும் பதிவாக்குதல் என்பது மிகக்குறைவு. இத்தகைய படைப்புதன் படைக்கப்பட்ட காலகட்டத்தில் மக்களிடையே வீர்யமுடன் பாவின; இதுவரை சமூகத்தில் ஆதிக்கம் செலுத்திய வைதிக சநாதனத்தின் குரல்வளையை நெறித்தன. ஓர் இலட்சியத்துடன் அரசியல்தளத்தில் மாற்றம் வேண்டிப் போராடிய திராவிட இயக்கப் போராளிகளுக்கு இலக்கியப் படைப்புகள் வாளும் கேடயமுமாகப் பயன்பட்டன. அதிலும் மரபுக்கவிதைகள் செல்வாக்குப் பெற்றிருந்த காலகட்டத்தில், சுயமரியாதைக் கருத்துகளைக் கவிதைகளின் மூலம் பரப்பிய பாரதிதாசனின் கவிதைத் தொகுப்புகள், பெரிதும் வரவேற்புப் பெற்றிருந்தன. ‘வாள் முனையை விடப் பேனா முனை கூர்மையானது, என்ற பிரெஞ்சு சிந்தனையாளர் வால்டேரின் குரல், திராவிட இயக்கப் படைப்பாளிகளுக்கு வேதமாயிற்று.

ஐம்பதுக்கும் கூடுதலான திராவிட இயக்க இதழ்கள் வெளிவந்தன; நூற்றுக்கணக்கான இலக்கியவாதிகள் திராவிட இயக்கப் படைப்பாளிகளாகத் தங்களை அடையாளப்படுத்திக் கொண்டனர். இத்தகு சூழலில் ‘கவிதை’ வடிவத்தில் பாரதிதாசனின் பங்கு, அளவிடற்கரியது. சந்தம் மிக்க வரிகள்மூலம் பாரதிதாசன் பாடியப் பாடல்கள் இசையின் துணையுடன் எங்கும் பரவின.

சொல்லாடல்கள் அவருடைய ஆளுமைக்கு வலுவான பின்புலமாக உள்ளன. 1937இல் ஆட்சிக்கு வந்த ராஜகோபாலாச்சாரி தமிழகப் பள்ளிகளில் இந்தியைக் கட்டாயப் பாடமாக்கினார்.

தமிழ் போன்ற செவ்வியல்தன்மை கொண்ட பாரம்பரியமான மொழி பேசும் மக்கள்மீது இந்திய தேசியத்தின் அடையாளமாக இந்தி மொழியைத் திணித்தது வரலாற்றில் பெரும் பிழையாகும். நாடு விடுதலையை நோக்கிய போராட்டத்தில் பலரும் ஒன்றிணைந்து செயல்படும் சூழல், சாதி சமயப் பிளவுகளால் பிளவுண்டிருந்த மக்களிடையே சமூக விழிப்புணர்வுக்கான போராட்டம் என இரு வேறு நிலைகளில் கொதிப்புடனிருந்த தமிழகத்தில், திடீரென இந்தி மொழியைப் பாடமாக்கியது. பண்பாட்டுரீதியில் தமிழர்கள் மீது விடப்பட்ட சவால். மக்கள் தொகையில் 25% பேர் மட்டும் கல்வியறிவு பெற்றிருந்த அன்றைய காலகட்டத்தில் இந்தி எதிர்ப்புப் போராட்டத்தில் சிலர் உயிரிழந்தனர்; பலர் சிறைக்குள்ளாக்கப்பட்டனர். தமிழை உயிரென நினைத்த புலவர் பரம்பரையில் வந்த பாரதிதாசனுக்குக் கோபம் பீறிட்டது.

மாங்குயில் கூவிடும் பூஞ்சோலை — எமை
மாட்டிட நினைத்திடும் சிறைச்சாலை

இந்த வரிகள் இன்றைய வாசிப்பில் வெற்றுக் கிளர்ச்சியையும் ஆரவாரத்தையும் தரும் மிகைப்படுத்தப்பட்ட சொற்களாகத் தோன்ற வாய்ப்புண்டு, ஆனால், அன்று பாரதிதாசனின் கவித்துவமான வரிகள் வீரியத்துடன் உரத்து முழங்கின. அவருக்குள் பொங்கிய சமூக ஆவேசம், சொற்களாக வெளிப்பட்டது; தீக்கங்குகளாக ஒளிர்ந்தது.

"இந்திக்கு தமிழ்நாட்டில் ஆதிக்கமாம் —
நீங்கள் எல்லோரும் வாருங்கள் நாட்டினரே"

தமிழ்ப் புறப்பாடல்கள் வெளிப்படுத்தும் வீரத்தின் முழக்கம், பாரதிதாசனிடம் கவிதை வரிகளாகப் பொங்கியுள்ளது. வெறும் உணர்ச்சி மட்டுமல்ல, வாழ்வின் மீதான பெருங்காதலுடன் அறைகூவல் விடுத்துள்ள பாவேந்தரின் தமிழ் பற்றிய மனப்பதிவுகளாக விளங்குகின்றன. தமிழகத்தின் புனைவியல் கவிஞர் என்பதற்கேற்ப பாரதிதாசனின் கவிதை வரிகள், செறிந்த மன உணர்வுகளின் வெளிப்பாடாக உள்ளன. பாரதிதாசன் என்ற கவித்துவ ஆளுமையின் அடித்தளமாகத் தமிழ் பற்றிய பிரக்ஞை

செயல்பட்டுள்ளது.

பாரதிதாசன் என்ற ஆளுமையின் இன்னொரு முக்கியமான காலகட்டம் அழகின் சிரிப்பு, குடும்ப விளக்கு, பாண்டியன் பரிசு, முல்லைக்காடு, தமிழியக்கம், தமிழச்சியின் கத்தி போன்ற கவிதை நூல்கள் சார்ந்தது. ஆவேசத்துடன் வாளாகக் கழற்றி, சுயமரியாதை இயக்க வீரர்களுக்கு வழங்கிய பாரதிதாசனின் பதற்றம் பிற்காலத்தில் தணிந்தது. பெரியார், காமராசர் போன்ற தலைவர்களுடன் நெருங்கிய தொடர்பு கொண்டிருந்த பாரதிதாசனுக்குத் தமிழகம் 'பாவேந்தர்' என்ற அடைமொழி தந்தது. இறைச்சி உணவு சாப்பிட்டுத் தமிழர்கள் ஆற்றலுடனும் துடிப்புடனும் விளங்க வேண்டுமென்று தன்னைப் பார்க்க வருகின்றவர்களுக்கு ஆலோசனைகளைத் தந்து கொண்டிருந்தார். இப்போக்கின் நீட்சியாகத்தான் தனது 67 வது வயதில் புலவர் குழுக் கூட்டத்தின் முன்னர் அலங்காரமாகச் சென்றுகொண்டிருந்த யானையை நிறுத்தி அதன் மீது ஏறி ஊர்வலமாகச் சென்ற பாரதிதாசனைப் புரிந்துள்ள முடியும். பாரதிதாசனைப் பற்றிய நினைவுகளை அவருடன் நெருங்கிப் பழகிய முருகு சுந்தரம், ஈரோடு தமிழன்பன் போன்றோர் எழுதிய நூல்களை வாசிக்கும்போது, அவர் யாருக்கும் அடங்காத மனப் போக்கினைக் கொண்டிருந்தார் என அறிய முடிகின்றது. கிறுக்கன், கிண்டல்காரன், கண்டெழுதுவோன் என்ற புனைபெயர்களிலும் எழுதிக் கொண்டிருந்த பாரதிதாசனின் அன்றாட வாழ்க்கையில் கலகக்காரராக விளங்கினார். பண்டைக்காலப் புலவர் பரம்பரையினருக்கு உரிய கர்வமும் கம்பீரமும், கவிதைச் செருக்கும் அவரிடம் நிரம்பி வழிந்தன. கோபமும் உணர்ச்சி வசப்படும் மனநிலையினையுடைய பாரதிதாசனின் உள்ளம் 'புலவர்' என்ற நிலையினை ஆதாரமாகக்கொண்டு சுழன்றது. பாரதியைப் பற்றி ஆவணப்படம் எடுக்க முயன்றது, பாண்டியன் பரிசு குறுங்காவியத்தைத் திரைப்படமாக்க முயன்றது என அவரின் தேடல்கள் இடைவிடாமல் தொடர்ந்தன. திரைப்படத்துறையின் சீரழிவுக்குள் சிக்கினாலும், அவருக்குள் எப்பொழுதும் கனன்றுகொண்டிருந்த இலட்சியம் உயிரோட்டம் மிக்கதாக விளங்கியது.

பாரதிதாசன் முதல் கவிதைத் தொகுப்பில் இடம் பெற்றுள்ள

கவிதைகளுக்கும், 1950களில் எழுதிய கவிதை நூல்களுக்கும் நிரம்ப வேறுபாடுகள் உள்ளன. 1962இல் எழுதப்பட்ட கண்ணகி புரட்சிக் காப்பியம், மணிமேகலை வெண்பா போன்ற நூல்கள் அவருடைய கவிதைப் பயணத்தில் ஏற்பட்ட சறுக்கல்களே. ஒடுக்கப்பட்டிருந்த தமிழ்ச் சமூகத்தின் உயிர்த்துடிப்பாக வெளிப்பட்ட பாரதிதாசனின் பிற்காலப் படைப்புகள், அவருடைய பெயரில் வெளியானதால் இன்றளவும் நிலைத்திருக்கின்றன. திராவிட இயக்கத்தின் முரண்பாடுகள், தி.மு.க.வின் தோற்றம், அன்றைய அரசியல் சூழல் போன்றன கவிஞரின் கொந்தளிப்பான மனநிலையை நீர்த்துப் போகச் செய்திருக்க வாய்ப்புண்டு. 1940களுக்குப் பிந்தைய பாரதிதாசனின் படைப்புகள், அவரது பிற்காலப் படைப்புகளுடன் ஒப்பிடுமளவு கவித்துவச் செறிவுடன் இல்லை. அவருக்குள் கொந்தளித்துக்கொண்டிருந்த குறிக்கோள் மனநிலை, சூழலின் காரணமாகத் தணிந்தது என்று கருத இடமுண்டு.

பாரதிதாசனின் படைப்பாக்கத் திறனில், அவரைக் கவிதைகள்தான் உச்சநிலையை அடையச் செய்துள்ளன. கவிதையின் மூலம் அன்றாட வாழ்வின் இழிவுகளையும் மேன்மைகளையும் பதிவாக்கியுள்ள பாரதிதாசனின் கவிதை ஆளுகை, வரலாற்றில் தனக்கான இடத்தினைத் தக்க வைத்துக்கொண்டுள்ளது. பாவேந்தரின் கவிதைகளைப் புறக்கணித்துவிட்டு இருபதாம் நூற்றாண்டுத் தமிழ்க் கவிதைகளைத் தொகுப்பது இயலாது. திராவிட சமுதாயத்தின் படைக்கலன்களில் ஒன்றாகவே பாரதிதாசன் கவிதைகளைக் கையாண்டுள்ளார். அவருடைய தோற்றப் பொலிவினுக்குக் கவிஞர் என்ற அடையாளம்தான் ஒளி சேர்க்கின்றது.

பாவேந்தரின் கவிதைகள் முன்னிறுத்தும் சமூக மதிப்பீடுகள் மறுவாசிப்பிற்குரியன. பொதுவாக கவிதைகள், அவை வெளியான காலகட்டத்தினுக்கும் இன்றையச் சமூகச் சூழலுக்குமிடையில் முரண்படுவது இயற்கைதான். ஒரு குறிப்பிட்ட அரசியல் நெருக்கடி காரணமாக எழுதப்பட்ட கவிதைகள், மாறிவிட்ட சமூகச் சூழலில் பெறுமிடம் முக்கியமானது. ஒரு காலகட்டத்தில் பொதுப்புத்தியில் அதிர்வுகளை உண்டாக்கிய பாவேந்தரின் கவிதைகளுடைய சமகாலத் தன்மையைக் கண்டறிய வேண்டியுள்ளது. முன்னர் வைதிக சநாதனம் சமயம் சமூகத் தடைகள் இன்று பெருமளவில்

தகர்க்கப்பட்டு விட்டன. விதவை மறுமணம், தீண்டாமை ஒழிப்பு, வடவர் எதிர்ப்பு, இந்தி எதிர்ப்பு, பார்ப்பனர் எதிர்ப்பு போன்ற கருத்தியல்கள் மக்களிடையே ஆழமாகப் பரவியுள்ளன. அவை குறித்த விழிப்புணர்வினை ஏற்படுத்தும் கவிதைகளுக்கு இன்று பெரிய அளவில் வரவேற்பில்லை. சமூகச் சீர்திருத்த நோக்கமுடைய கவிதைகள், நிறைவேறியவுடன் தானாகவே அந்த நோக்கம் செல்வாக்கிழந்து விடுகின்றன. இதனால் அந்தக் கவிதைகளை மக்கள் புறக்கணித்து விட்டனர் எனக் கருதத் தேவையில்லை; அவை சமூகப் பதிவுகளாக மாறி விடுகின்றன. பாரதிதாசனின் முதல் தொகுதியில் இடம் பெற்றுள்ள பல பாடல்கள் இன்றளவும், முக்கியமானவை. புதியதோர் உலகம் செய்வோம், தமிழுக்கு அமுதென்று பெயர், சித்திரச் சோலைகளே, சங்கே முழங்கு போன்ற பாடல்கள் கருத்தியல் சார்ந்த வெளிப்பாட்டில் காலங்கடந்து நின்று பாரதிதாசனை என்றும் நிலைநிறுத்தும் இயல்புடையன.

தமிழ், தமிழர் என்ற சொல்லாடல்களின் பின்புலத்தில் பொதிந்துள்ள அரசியலும் பகுத்தறிவும் ஆழமாக அறியப்பட்ட சூழலில் கனக சுப்புரத்தினம் என்ற இளைஞர் பாரதிதாசன் என்ற இலக்கிய ஆளுமையாகத் தமிழ்ச் சமூகத்தில் உச்சமடைந்தது வரலாற்றின் தேவையாகும்.

குமுதம் தீராநதி, 2010, டிசம்பர்

மறுவாசிப்பில் பாரதியாரின் கல்வியியல் சிந்தனைகள்

வயிற்றிற்குச் சோறிட வேண்டும் — இங்கு
வாழும் மனிதருக் கெல்லாம்;
பயிற்றிப் பலகல்வி தந்து — இந்தப்
பாரை உயர்த்திட வேண்டும்

இன்றைய உலகமயமாக்கல் காலகட்டத்தில் எல்லாம் சந்தைக்கானதாக மாற்றப்பட்டு, நுகர்பொருள் பண்பாடு மேலாதிக்கம் செலுத்துகிறது. மக்களின் அடிப்படைத் தேவைகளான கல்வியும் மருத்துவமும் கார்ப்பரேட்டுகளின் வரம்பினுக்குள் கொண்டுவரும் முயற்சிகள் துரிதமாக நடைபெறுகின்றன. இருபதாம் நூற்றாண்டில் எண்பதுகளின் இறுதியில் கல்விப்புலத்திற்குள் நுழைந்த தனியார்மயம், இன்று பிரமாண்டமாக வளர்ச்சியடைந்துள்ளது. கல்வி நிலையங்கள் மூலம் கல்வியைப் போதித்தல், கல்வி கற்றல் போன்றவை சமூகத்தின் ஆன்ம வளர்ச்சியுடன் தொடர்புடையவை என்ற கருத்தியல், முழுக்கப் புறக்கணிக்கப்படுகிற நிலை ஏற்பட்டுள்ளது. கல்வி என்பது சேவை என்ற அம்சம் புறக்கணிக்கப்பட்டு, கல்வி மாபியாக்களின் பொருளாதார ஆதாயத்திற்குள் கல்விக்கூடங்கள் இன்று சிக்கியுள்ளன. கல்வியை முன்வைத்துக் கோடிக்கணக்கில் கொள்ளையடிக்கிற கும்பல்கள், நாடெங்கும் பெருகியுள்ள சூழலில், பாரதியாரின் கல்வி பற்றிய மதிப்பீடுகளையும் சிந்தனைப் போக்குகளையும் ஒப்பீட்டுநிலையில் மறுவாசிப்புக்குள்ளாக்கிட வேண்டியுள்ளது. தமிழகத்தில் நூற்றாண்டுகளுக்கு முன்னர் நிலவிய கல்விச் சூழலில் பாரதியாரின் கல்வி பற்றிய சிந்தனைகள், முற்போக்கானவை. அவை, அன்றையத் தமிழரின் சமூக இருப்பையும் சமூகம் மாற்றமடைய வேண்டியதன் தேவையையும் வலியுறுத்தியுள்ளன. கல்வியின்மூலம் “ஏழைகளுக்கு உதவி புரிதல், கீழ் ஜாதியாரை உயர்த்தி விடுதல் முதலியனவே ஜன சமூகக் கடமைகளின் மேம்பட்டன என்பதைக் கற்பிக்க வேண்டும்” என்ற

நோக்கம் பாரதியாருக்கு இருந்தது. இருபதாம் நூற்றாண்டின் முற்பகுதியில் கல்வியின் அவசியம் குறித்துப் பாடல்களிலும் கட்டுரைகளிலும் விரிவாகப் படைத்த படைப்பாளிகளில், பாரதியாருடன் ஒப்பீட்டுச் சொல்ல யாருமில்லை.

இருபதாம் நூற்றாண்டின் தொடக்கத்தில் ஆங்கிலேய ஏகாதிபத்தியத்தியத்தின் காலனியாதிக்க ஆட்சியில் சிக்கியிருந்த இந்தியாவை மீட்பதற்கான போராட்டத்தில் ஈடுபட்டிருந்த விடுதலை இயக்கத்தினர், சமூக சீர்திருத்தச் செயல்களிலும் ஈடுபட்டனர்; அன்றைய காலகட்டத்தில் பெரும்பான்மையான மக்கள் எழுதப் படிக்க அறியாதவர்களாக இருந்த சூழலை மாற்றியமைத்திட முயன்றனர். ஆங்கிலேயரின் காலனியாதிக்க ஆட்சியில், தமிழகத்தில் ஏற்கனவே நிலவிய கல்வி முறை, கிராமத்துத் திண்ணைப் பள்ளிக்கூடங்களைச் சார்ந்திருந்தது. அந்தக் காலகட்டத்தில் ஆங்கிலேயரின் புதிய கல்விமுறை அறிமுகமானது. குறிப்பாக 1857 இல் தொடங்கப்பட்ட சென்னைப் பல்கலைக்கழகம், புதிய வகைப்பட்ட கல்வி கற்றலைப் பரவலாக்கியது. எனினும் வைதிக சநாதனத்தின் ஆதிக்கம் காரணமாக உயர்சாதியினராகக் கருதப்பட்ட பார்ப்பனர், பிள்ளைமார் போன்ற சாதியினர் மட்டும்தான் ஆங்கிலக் கல்வி கற்று ஆங்கிலேய அரசில் உயர் பதவிகள் வகித்தனர். விளிம்புநிலையினரின் குழந்தைகள், தந்தையாரின் குலத்தொழிலைக் கற்றிடும் சூழல் நிலவியது. பெண்களுக்கும் பட்டியல் சாதியினருக்கும் கல்வி கற்றிடும் வாய்ப்பு மிகவும் குறைவு. இந்நிலையில் இந்தியர்களுக்கான கல்வி முறையை முன்வைத்துப் பேச்சுக்களை உருவாக்கிட முயன்றவர்களில் காந்தியடிகள், ரவீந்திரநாத் தாகூர், விவேகானந்தர், பாரதியார் முதலானோர் குறிப்பிடத்தக்கவர்கள். பாரதியார், தன்னுடைய கவிதைகளிலும் கட்டுரைகளிலும் கல்வி பற்றிய கருத்துக்களை அழுத்தமாகப் பதிவாக்கியுள்ளார். குறிப்பாகப் பாரதியார், தேசியக் கல்வி—1, தேசியக் கல்வி— 2 ஆகிய இரு கட்டுரைகளில் கல்வி பற்றிய விருப்பங்கள், எதிர்பார்ப்புகள் போன்றனவற்றை விவரித்துள்ளார். அந்தக் கட்டுரைகள் பாரதியாருடைய கல்வியியல் சிந்தனைக்கு அடித்தளமாக விளக்குகின்றன. “தேசத்தின் வாழ்வுக்கும் மேன்மைக்கும் தேசீயக் கல்வி இன்றியமையாதது. தேசீயக்

கல்வி கற்றுக்கொடுக்காத தேசத்தைத் தேசமென்று சொல்லுதல் தகாது. அது மனிதப் பிசாசுகள் கூடி வாழும் விஸ்தாரமான சுடுகாடேயாம். இந்த விஷயத்தை ரவீந்திரநாத் தாகூர், ஆனி பெஸண்ட், நீதிபதி மணி அய்யர் முதலிய ஞானிகள் அங்கீகரித்து, நம்நாட்டில் தேசீயக் கல்வியைப் பரப்புவதற்குரிய தீவிரமான முயற்சிகள் செய்கின்றனர். ஆதலால் இதில் சிறிதேனும் அசிரத்தை பாராட்டாமல், நமது தேச முழுதும், ஒவ்வொரு கிராமத்திலும் மேற்கூறியபடி பாடசாலைகள் வைக்க முயலுதல் நம்முடைய ஜனங்களின் முதற்கடமையாகும்" என்ற பாரதியாரின் கல்வி ஆர்வம் முக்கியமானது.

பாரதியாரின் கல்வி, தாய்மொழிக் கல்வி, தமிழ் மொழி பற்றிய கருத்துகளை அறிந்துகொள்வதற்கு முன்னர் காலனியாதிக்கக் காலகட்டத்தில் வைதிக சநாதனத்தின் செயல்பாடுகளைப் அவதானிக்க வேண்டியது அவசியம். 1886 ஆம் ஆண்டு கல்கத்தாவில் நடைபெற்ற இரண்டாவது காங்கிரஸ் மாநாட்டுத் தீர்மானங்கள் குறித்து அந்த மாநாட்டில் நேரடியாகப் பங்கேற்ற சே. ப. நரசிம்மலு நாயுடு எழுதியுள்ளவை 'ஆரியர் திவ்விய தேச யாத்திரையின் தேசம்' (1913) என்ற புத்தகத்தில் இடம் பெற்றுள்ளன. அந்த மாநாட்டில் நிறைவேற்றப்பட்ட ஏழாவது தீர்மானம் முக்கியமானது. அது பின்வருமாறு: "கவர்ன்மெண்டு பரிக்ஷையில் சம்ஸ்கிருதமும், அரபி பாஷையும் கலந்து இந்த இந்து தேசத்திலேயே, சீமையிலிருப்பது போலவே ஒரேகாலத்தில் பரிக்ஷை நடத்தித் தேறினவர்களுக்குப் பெரிய உத்தியோகங்களைக் கொடுக்க வேண்டுமென்றும், அந்தப் பரிக்ஷைக்கு 19 முதல் 23 வரைக்கும் வயதை உயர்த்த வேண்டுமென்றும் கவர்ன்மெண்டாருக்குத் தெரிவிக்க வேண்டுமென்றும் பாபு நரேந்தரநாத் பானர்ஜி அவர்கள் பிரேரேபிக்க ஆனரெபில் சுப்பிரமணியம் ஐயர் அவர்கள் ஆமோதிக்க சர்வசம்மதமாக அங்கீகரிக்கப்பட்டது". இந்தத் தீர்மானத்தை ஆமோதித்த சுப்பிரமணிய ஐயர், தமிழ்நாட்டில் இருந்து சென்று காங்கிரஸ் மாநாட்டில் பங்கேற்றார்.

ஆயிரமாண்டுகளுக்கும் கூடுதலாகத் தமிழகத்தில் மன்னராட்சிக் காலத்தில் சம்ஸ்கிருத மொழியிலான வேதம் ஓதுதல் பார்ப்பனரின் குலத்தொழில் என விதி வகுத்த மநு தருமசாஸ்திரம்மூலம், சாதிய அடுக்கில் உச்சத்தில் இருந்த

பார்ப்பனர்கள், இந்தியாவில் ஆங்கிலேயக் காலனிய அரசாங்கம் ஏற்பட்டவுடன், அரசு இயந்திரத்தில் உயர்பதவி வகித்திட மீண்டும் சம்ஸ்கிருதத்தை முன்னிறுத்திய செயல், ஆதிக்க அரசியலாகும்; பொருளாதாரீதியில் எப்பொழுதும் வளமுடன் இருந்திட செய்த தந்திரமாகும். சமூக அடுக்கின் உச்சியில் தங்களுடைய இடத்தைத் தொடர்ந்து தக்க வைத்துக்கொள்ளத் தீர்மானித்த பார்ப்பனர்களின் முயற்சிதான், சம்ஸ்கிருத மொழியில் அரசாங்க உயர் அலுவலர் தேர்வுகளை நடத்திட வேண்டுமெனத் தீர்மானத்தைக் காங்கிரஸ் மாநாட்டில் நிறைவேற்றி, இங்கிலாந்து மகாராணியாருக்கு அனுப்பியதன் அடிப்படையாகும். இந்தியாவில் மக்களிடையே வழக்கினில் இருக்கிற தமிழ், வங்காளம், தெலுங்கு, உருது, கன்னடம், மலையாளம் போன்ற மொழிகளைப் புறந்தள்ளிவிட்டு, வழக்கொழிந்த சம்ஸ்கிருத மொழியில் காலனிய அரசின் தேர்வுகள் நடத்திட 1886 ஆம் ஆண்டில் தீர்மானம் இயற்றியது நுண்ணரசியல். பார்ப்பனர்கள் வழக்கொழிந்த சம்ஸ்கிருதம் என்ற மொழியை வைத்துக்கொண்டு இரண்டாயிரமாண்டுகளாக இந்தியாவெங்கும் செய்துவருகிற ஆதிக்க அரசியலின் தொடர்ச்சிதான், அண்மையில் வெளியான ஒன்றிய அரசின் புதிய கல்விக் கொள்கையில் வெளிப்பட்டுள்ளது.

பாரதியார், தேசமானது குடும்பங்களின் தொகுதி என்றும், குடும்ப உறவில் ஒத்துப்போகாத கணவனும் மனைவியும் பிரிந்து வாழும்போது குடும்ப அமைப்பு சிதலமடைவதால், தேசியக் கல்விக்கு இடமில்லை என்கிறார். ஐரோப்பியர்கள், இஸ்லாமியர்களின் சட்டங்களில் மணமுறிவுக்கு அனுமதி இருப்பதை அறிந்தபோதும், முன்னோரால் நிறுவப்பட்ட குடும்ப அமைப்பைப் போற்றுகிற நிலையில் தேசியக் கல்விக்கும் குடும்பத்திற்கும் இடையில் வலுவான தொடர்பை நிறுவிட பாரதியார் முயன்றுள்ளார்.

பாரதியாரின் தேசியக் கல்வி, தேச பாஷை, தமிழ் மொழி, வடமொழி எனப்படும் சமஸ்கிருதம், ஆங்கில மொழி பற்றிய விவரணைகள் முக்கியமானவை. ஆர்ய பாஷையான சம்ஸ்கிருதத்தைத் தேசிய மொழியாக அறிவிக்க வேண்டுமானால், தமிழ்நாட்டில் தமிழ் மொழியின்முலம் கல்வியைக் கற்பிக்க வேண்டும் என்று குறிப்பிட்டு, இந்தியா முழுவதும் சம்ஸ்கிருதம்

பரவிட வேண்டுமெனப் பாரதியார் விரும்புகிறார். "தமிழ்நாட்டில் தேசீயக் கல்வியென்பதாக ஒன்று தொடங்கி அதில் தமிழ் பாஷையை ப்ரதானமாக நாட்டாமல், பெரும்பான்மைக் கல்வி இங்கிலீஷ் மூலமாகவும் தமிழ் ஒருவித உப பாஷையாகவும் ஏற்படுத்தினால், அது 'தேசீயம்' என்ற பதத்தின் பொருளுக்கு முழுதும் விரோதமாக முடியுமென்பதில் ஐயமில்லை. தேச பாஷையே ப்ரதானம் என்பது தேசீயக் கல்வியின் ஆதாரக் கொள்கை; இதை மறந்துவிடக் கூடாது. தேசபாஷையை விருத்தி செய்யும் நோக்கத்துடன் தொடங்கப்படுகிற இந்த முயற்சிக்கு நாம் தமிழ்நாட்டிலிருந்து பரிபூர்ண ஸஹாயத்தை எதிர்பார்க்க வேண்டுமானால், இந்த முயற்சிக்குத் தமிழ் பாஷையே முதற்கருவியாக ஏற்படுத்தப்படும் என்பதைத் தம்பட்டம் அறைவிக்க வேண்டும். இங்ஙனம் தமிழ் ப்ரதானம் என்று நான் சொல்லுவதால், டாக்டர் நாயரைத் தலைமையாகக்கொண்ட திராவிடக் கக்ஷியார் என்ற போலிப்பெயர் புனைந்த தேசவிரோதிகளுக்கு நான் சார்பாகி ஆர்ய பாஷை விரோதம் பூண்டு பேசுகிறேன் என்று நினைத்து விடலாகாது. தமிழ்நாட்டிலே தமிழ் சிறந்திடுக. பாரத தேச முழுதிலும் எப்போதும்போலவே வடமொழி வாழ்க. இன்னும் நாம் பாரததேசத்தின் ஐக்கியத்தைப் பரிபூர்ணமாகச் செய்யுமாறு நாடு முழுவதிலும் வடமொழிப் பயிற்சி மேன்மேலும் ஓங்குக. எனினும், தமிழ் நாட்டில் தமிழ் மொழி தலைமை பெற்றுத் தழைத்திடுக." 1886 ஆம் ஆண்டில் நடைபெற்ற இரண்டாவது காங்கிரஸ் மாநாட்டில் நிறைவேற்றப்பட்ட ஏழாவது தீர்மானம், பாரதியாரால் தேசியக் கல்வி என்ற பெயரில் மீண்டும் முன்மொழியப்பட்டுள்ளது. பாரதியார், தமிழ்நாட்டில் தமிழ் மொழி முதன்மையானது என்று குறிப்பிடும்போது, டாக்டர் நாயரின் தலைமையிலான திராவிடக் கட்சி, தேச விரோதி போன்ற சொற்களைப் பயன்படுத்தியுள்ளார். ஆங்கிலேய அரசு நடத்தும் பள்ளிகளில் ஆங்கிலம் மூலம் கல்வி கற்றுக்கொண்டிருந்த உயர் சாதியினரை நோக்கி, இந்திய அளவில் சமஸ்கிருதம் போலத் தமிழ்நாட்டில் தமிழ் மொழி முக்கியமானது என்ற பாரதியாரின் கெஞ்சிடும் கூற்று, அன்றைய காலகட்டத்தில் குறிப்பிடத்தக்கது. தமிழ்நாட்டில் தமிழ், இந்தியா முழுவதும் ஆர்ய பாஷையாகிய சமஸ்கிருதம் என்ற பாரதியாரின் பார்வையில், வைதிக

சநாதனத்தின் மேலாதிக்கம் பொதிந்துள்ளது. சமஸ்கிருதம் போலத் தமிழும் சிறந்த மொழி என்று வேதம் ஓதுகிற பார்ப்பனர்களிடம் பாரதியார் மன்றாடுவது புலப்படுகிறது.

கல்வியின் அருமையை அறிந்திட்ட பாரதியார் கிராமந்தோறும் பள்ளிக்கூடங்களை நிறுவுவதற்கான வழிமுறைகளை விவரித்துள்ளார். பள்ளிக்கூடத்திற்கு ஆசிரியர்கள் நியமித்தல், ஆசிரியர்களின் கல்வித் தகுதிகள் பற்றியும் குறிப்பிட்டுள்ளார். "தமிழ்நாட்டில் ஏற்படும் தேசீயப் பாடசாலைகளில் உபாத்தியாயராக வருவோர் திருக்குறள், நாலடியார் முதலிய நூல்களிலாவது தகுந்த பழக்கம் உடையவர்களாக இருக்கவேண்டும். சிறந்த ஸ்வதேசாபிமானமும், ஸ்வதர்மாபிமானமும், எல்லா ஜீவர்களிடத்திலும் கருணையும் உடைய உபாத்தியாயர்களைத் தெரிந்தெடுத்தல் நன்று". தேசீயப் பாடசாலை என்ற சொற்கள்மூலம் பள்ளிக்கூடம் குறிப்பிடப்படுவது கவனத்திற்குரியது.

பள்ளிக்கூடத்தில் போதிக்கப்பட வேண்டிய பாடங்கள் குறித்த பாடத்திட்டத்தைத் திட்டமிடுவதில் பாரதியாரின் நோக்கம் அழுத்தமானது. கல்வியின் மூலம் மாணவர்கள் கற்றுத் தேர்ந்து பொருளாதாரரீதியில் வளமுடன் வாழ்தல் என்ற கருதுகோள் பாரதியாருக்கு இல்லை. அதேவேளையில் தேச பாஷையான தமிழ் மொழியில் கற்பித்தல் வேண்டுமென்ற கருத்தின் மறுதலையாக ஆங்கிலேயரின் ஆங்கில மொழியின்மூலம் கற்பித்தலைப் புறக்கணித்தல் என்பது பாரதியாரின் விருப்பம். வரலாற்றுப் பாடத்தில் இடம் பெற வேண்டிய பாடங்கள்: "வேதகால சரித்திரம், புராணகால சரித்திரங்கள், பௌத்த காலத்துச் சரித்திரம், ராஜபுதனத்தின் சரித்திரம்... பள்ளிக்கூடம் ஏற்படுத்தப்போகிற கிராமம் அல்லது பட்டணம் எந்த மாகாணத்தில் அல்லது எந்த ராஷ்ட்ரத்தில் இருக்கிறதோ, அந்த மாகாணத்தின் சரித்திரம் விசேஷமாகப் பயிற்றுவிக்கப்பட வேண்டும்.... பள்ளிப் பிள்ளைகளுக்கு ஆரம்ப வகுப்பிலேயே நம்முடைய புராதன சரித்திரத்தில் அற்புதமான பகுதிகளை யூட்டி, அசோகன், விக்ரமாதித்யன், ராமன், லக்ஷ்மணன், தர்மபுத்திரன், அர்ஜுனன் இவர்களிடமிருந்த சிறந்த குணங்களையும் அவற்றால் அவர்களுக்கும் அவர்களுடைய

குடிகளுக்கும் ஏற்பட்ட மஹிமைகளையும் பிள்ளைகளின் மனதில் பதியும்படி செய்வது அந்தப் பிள்ளைகளின் இயல்பைச் சீர்திருத்தி மேன்மைப்படுத்துவதற்கு நல்ல சாதனமாகும்." புராண, இதிகாசக் கதைகளின் கதைமாந்தர்களைப் பற்றிச் சொல்லி, மாணவர்களின் மனதில் சிறந்த பண்புகளை ஏற்படுத்திட முடியுமென்ற மரபான நம்பிக்கை பாரதியாருக்கு இருந்தது. இந்திய வரலாற்றுக்கும் இதிகாச, புராணக் கதைமாந்தர்களுக்கும் என்ன தொடர்பு என்ற கேள்வி தோன்றுகிறது.

இந்தியக் கதைசொல்லல் மரபில் அதியற்புதப் புனைவென்றாலும் முன்னொரு காலத்தில் நடந்த கதை என்று சொல்கிற வழக்கு, இன்றளவும் நிலவுகிறது. இந்தப் போக்கினை இந்தியக் கதையாடலின் பொதுத்தன்மையானதாகக் கருத முடியும். எடுத்துக்காட்டாக மகாபாரதம் கற்பனைக் கதையல்ல என்றும், கி.மு. 1000 இல் நடைபெற்ற உண்மைச் சம்பவம் என்றும் சராசரி இந்தியர்கள் நம்புகின்றனர். வைதிக சநாதன மதத்தின் மேலாதிக்கத்தை இந்தியாவில் வாழ்கிற பாமரரிடம் பரவலாக்கிட அன்றும் இன்றும் இதிகாசங்கள் பயன்படுகின்றன. இடைக்காலத்தில் கடவுள்களை முன்வைத்துக் கட்டுக்கதைகள் நிரம்பிய புராணங்கள், அதிக எண்ணிக்கையில் எழுதப்பட்டன. புராணம் என்ற சொல்லுக்குக் 'கடந்த காலத்தின் கதை' என்று பொருள். இதிகாசங்களை உண்மையில் நடந்தவை என்று நம்புகிற மரபான சிந்தனையின் வெளிப்பாடாகப் பாரதியாரின் வரலாறு பாடத்திட்டம் உள்ளது. வட இந்திய மன்னரான அசோகன் பற்றிக் குறிப்பிடப்படும் பாடத்திட்டத்தில் தமிழக மன்னர்கள் பற்றிய பேச்சுகள் எதுவுமில்லை. அவர் வாழ்ந்த காலத்தில் தமிழ்நாட்டு வரலாறு, தமிழ் மொழி வரலாறு தொல்லியல், கல்வெட்டு ஆய்வு பற்றிப் பெரிய அளவில் வரலாற்று நூல்கள் வெளியாகவில்லையா என்பது ஆய்விற்குரியது.

பாரதியார் விவரிக்கிற புவியியல் பாடத்திட்டம் பற்றிய விரிவான விவரணை முக்கியமானது. "ஆரம்ப பூகோளமும், அண்ட சாஸ்த்ரமும், ஜகத்தைப் பற்றியும், ஸூரிய மண்டலத்தைப் பற்றியும், அதைச் சூழ்ந்தோடும் கிரகங்களைப் பற்றியும், நக்ஷத்திரங்களைப் பற்றியும், இவற்றின் சலனங்களைப் பற்றியும் பிள்ளைகளுக்கு இயன்றவரை தக்க ஞானம் ஏற்படுத்திக் கொடுக்கவேண்டும். பூமிப்

படங்கள், கோளங்கள், வர்ணப் படங்கள் முதலிய கருவிகளை ஏராளமாக உபயோகப்படுத்த வேண்டும். ஐந்து கண்டங்கள், அவற்றிலுள்ள முக்கிய தேசங்கள், அந்த தேசங்களின் ஜனத்தொகை, மதம், ராஜ்ய நிலை, வியாபாரப் பயிற்சி, முக்கியமான விளைபொருள்கள், முக்கியமான கைத்தொழில்கள் இவற்றைக் குறித்து பிள்ளைகளுக்குத் தெளிந்த ஞானம் ஏற்படுத்த வேண்டும்... பாரத பூமி சாஸ்த்ரம், இந்தியாவிலுள்ள மாகாணங்கள், அவற்றுள், அங்குள்ள தேச பாஷைகளின் வேற்றுமைக்குத் தகுந்தபடி இயற்கையைத் தழுவி ஏற்படுத்தக்கூடிய பகுதிகள் — இவை விசேஷ சிரத்தையுடன் கற்பிக்கப்பட வேண்டும்... மாகாணங்களில் வசிக்கும் ஜனங்கள், அங்கு வழங்கும் முக்கிய பாஷைகள், முக்கியமான ஜாதிப் பிரிவுகள், தேச முழுமையும் வகுப்புகள் ஒன்றுபோலிருக்கும் தன்மை, மத ஒற்றுமை, பாஷைகளின் நெருக்கம், வேதபுராண இதிஹாஸங்கள் முதலிய நூல்கள் பொதுமைப்பட வழங்குதல், இவற்றிலுள்ள புராதன ஒழுக்க ஆசாரங்களின் பொதுமை, புண்ணிய க்ஷேத்திரங்கள், அவற்றின் தற்கால நிலை, இந்தியாவிலுள்ள பெரிய மலைகள், நதிகள், இந்தியாவின் விளைபொருள்கள், அளவற்ற செல்வம், ஆஹார பேதங்கள், தற்காலத்தில் இந்நாட்டில் வந்து குடியேறியிருக்கும் பஞ்சம், தொத்து நோய்கள், இவற்றின் காரணங்கள், ஜல வஸதிக் குறைவு, வெளிநாடுகளுக்கு ஜனங்கள் குடியேறிப் போதல் — இந்த அம்சங்களைக் குறித்து மாணாக்கருக்குத் தெளிவான ஞானம் ஏற்படுத்தப்பட வேண்டும்.” புவியியல் பாடத்தில் மாணவர்கள் கற்க வேண்டிய பாடங்கள் என்று பாரதியார் பரிந்துரைப்பது இன்றைக்கும் பொருத்தமானது. இன்னொருவகையில் அவருடைய பிரபஞ்சம் குறித்த அறிவியல்பூர்வமான தேடல் என்று கருதிடலாம். ஆங்கிலேயரின் காலனியாதிக்க காலத்தில் ஏற்பட்ட கொடூரமான பஞ்சங்கள், தொற்று நோய்களினால் மக்கள் கொத்துக்கொத்தாக இறத்தல், ரயத்துவாரி, ஜமீந்தாரி போன்ற முறைகளினால் விவசாயிகளுக்கு ஏற்பட்ட இழப்புகள் போன்றவற்றைப் புவியியல் பாடத்தில் சேர்க்க வேண்டுமென்ற பாரதியாரின் பாடத்திட்டம், ஏகாதிபத்திய எதிர்ப்புடன் தொடர்புடையது.

பள்ளிக்கூடத்தில் சேர்ந்து பயிலுகிற மாணவர்களுக்கு வைதிக சநாதன மதக் கல்வி தொடர்பான விஷயங்களைப் போதிக்க வேண்டுமென்ற எண்ணம் பாரதியாருக்கு இருந்தது. பள்ளிக் கல்வியில் மதம் எதற்கு என்ற இன்றைய அணுகுமுறையை, பாரதியார் வாழ்ந்த காலச்சூழலுடன் பொருத்திப் பார்க்க இயலாது. ஆங்கிலேயரின் கிறிஸ்தவ சமயத்திற்கு எதிராக ஹிந்து மதம் என்ற பெயரில் வைதிக சநாதன மதத்தை முன்னிறுத்த வேண்டிய நெருக்கடி அன்றைக்குப் பாரதியாருக்கு இருந்தது. ஹிந்து மதம் என்றால் வைதிக சநாதன மதம் என்ற பார்வையின் அடிப்படையில் "நான்கு வேதங்கள், ஆறு தர்சனங்கள். உபநிஷத்துக்கள், புராணங்கள், இதிஹாஸங்கள், பகவத்கீதை, பக்தர் பாடல்கள், சித்தர் நூல்கள் — இவற்றை ஆதாரமாகக்கொண்டது ஹிந்து மதம்" என்று வரையறை செய்கிறார். வேதம் ஓதுவதைக் கேட்கிற சூத்திரன் காதில் ஈயத்தைக் காய்ச்சி ஊற்ற வேண்டுமென்ற மனு தருமம் ஏற்படுத்தியுள்ள கட்டுப்பாடுகளும் தண்டனைகளும் பாரதியாருக்கு நினைவில் இல்லை. வருணாசிரமம் ஏற்படுத்தியுள்ள பிறப்பின் அடிப்படையில் நிலவுகிற சாதிய ஏற்றத்தாழ்வுகளும் பால் அடிப்படையில் பெண்களை ஒதுக்குதலும் குறித்து அக்கறை இல்லாமல், இந்தியர்கள் எல்லோரையும் ஹிந்து என்ற பெயரில் வரையறுத்துள்ளார். "மத விஷயமான போராட்டங்கள் எல்லாம் சாஸ்தர விரோதம்; ஆதலால், பரம மூடத்தனத்துக்கு லக்ஷணம். ஆசாரங்களை எல்லாம் அறிவுடன் அனுஷ்டிக்க வேண்டும். ஆனால், ஸமயக் கொள்கைக்கும் ஆசார நடைக்கும் தீராத ஸம்பந்தம் கிடையாது. ஸமயக் கொள்கை எக்காலத்திலும் மாறாதது..." கடந்த ஆயிரமாண்டுகளுக்கும் கூடுதலாக மன்னர்களின் ஆட்சிக் காலத்தில் வைதிக சநாதனத்தின் விளைவான வருணாசிரமம், தமிழகத்தில் வலுவாக நிலவியது. சாதிய ஏற்றத்தாழ்வுகளும் தீண்டாமையும் செல்வாக்குடன் விளங்கிய சூழலில், வேதம் ஓதுவதை முதன்மையாகக்கொண்ட பார்ப்பனர்கள் சௌகரியமாக வாழ்ந்து வந்தனர். ஆங்கிலேயரின் காலனியாதிக்க ஆட்சியில் வைதிக சநாதனத்தின் பேரில் இதுவரை நடைபெற்ற உடன்கட்டை ஏறுதல், குழந்தை திருமணம், தீண்டாமை போன்ற

சமூகக் கொடுமைகள் கேள்விக்குள்ளாக்கப்பட்டதனால், ஆங்கிலேயரின் காலனியாதிக்கத்தை எதிர்த்துத் தொடக்கத்தில் போராடியவர்களில் பெரும்பான்மையினர் பார்ப்பனர் உள்ளிட்ட உயர்சாதியினர்தான். அன்றைய சமூகப் பிரச்சினைகளுக்குக் காரணம் பிரிட்டிஷாரின் அதிகாரம்தான் என்று திசை திருப்பும் வேலை நடைபெற்றது. சமூக மதிப்பீட்டில் உயர்சாதியினர் தங்களுடைய இருப்பினை மீண்டும் தக்க வைத்துக்கொள்ள எல்லோருக்கும் கல்வி என்ற போர்வையில் மீண்டும் ஹிந்து மதப் படிப்பு முன்னிலைப்படுத்தப்பட்டுள்ளது. கல்வி பற்றிய பாடல்களில் வெளிப்படும் போராளியான பாரதியாருக்கும், கட்டுரைகளில் வெளிப்படும் சநாதன கருத்துகளை முன்வைக்கும் பாரதியாருக்கும் இடையில் அழுத்தமான முரண்கள் உள்ளன.

அன்ன சத்திரம் ஆயிரம் வைத்தல்
ஆலயம் பதினாயிரம் நாட்டல்
அன்னவாயினும் புண்ணியங்கோடி
ஆங்கோர் ஏழைக்கு எழுத்தறிவித்தல்

பாமரருக்கும் ஏழை எளியோருக்கும் கல்வி என்ற உயரிய நோக்கத்துடன் செயல்பட்ட பாரதியாருக்கு வைதிக சநாதனக் கருத்தியல் தாக்கம், ஒருவகையில் பின்னடைவுதான்.

அரசியல் எப்படியெல்லாம் மக்களின் அன்றாட வாழ்க்கையைத் தீர்மானிக்கிறது என்ற புரிதல் இல்லாத காலகட்டத்தில் அரசாங்கம் பற்றிய பாடத்தைக் கல்வியில் சேர்க்க வேண்டுமென்ற பாரதியாரின் கல்வியியல் சிந்தனை, காலத்தை மீறியது. "ஜனங்களுக்குள்ளே ஸமாதானத்தைப் பாதுகாப்பதும், வெளி நாடுகளிலிருந்து படை எடுத்துவருவோரைத் தடுப்பதும் மாத்திரமே ராஜாங்கத்தின் காரியங்கள் என்று நினைத்துவிடக்கூடாது...குடிகளின் நன்மைக்காகவே அரசு ஏற்பட்டிருப்பதால், அந்த அரசியலைச் சீர்திருத்தும் விஷயத்தில் குடிகளெல்லாரும் தத்தமக்கு இஷ்டமான அபிப்பிராயங்களை வெளியிடும் உரிமை இவர்களுக்கு உண்டு. இந்த விஷயங்களை யெல்லாம் உபாத்தியாயர்கள் மாணாக்கர்களுக்குக் கற்பிக்குமிடத்தே, இப்போது பூமண்டலத்தில் இயல்பெறும் முக்கியமான ராஜாங்கங்கள் எவ்வளவு தூரம் மேற்கண்ட

கடமைகளைச் செலுத்தி வருகின்றன என்பதையும் எடுத்துரைக்க வேண்டும்." தேசியக் கல்வி என்ற வரையறையில் அரசியல், அரசாங்கம் பற்றிய பாடத்திட்டம் எப்படி இருக்க வேண்டுமென்று பாரதியார் வரையறுத்திருப்பது சமூக அக்கறையின் வெளிப்பாடு.

தமிழ்நாட்டில் அறிவியல் கருத்துகள் எதுவும் பரவிடாத காலகட்டத்தில் கல்வியில் அறிவியல் பாடத்தைச் சேர்க்க வேண்டுமென்ற பாரதியின் நோக்கத்தில் ஆங்கிலக் கல்விமுறையின் தாக்கம் இருக்கிறது. அவர், ஐரோப்பியரின் அறிவியலைக் கருவிகள் மூலமாகச் சோதனைகள் நடத்திக் கற்பித்தல் தேசியக் கல்வி போதனையில் அவசியம் என்று கருதினார். இயற்கை நூல் (பிஸிக்ஸ்), ரசாயனம் (கெமிஸ்ட்ரி), சரீர சாஸ்திரம், ஜந்து சாஸ்திரம், செடிநூல் (ஸ்தாவர சாஸ்திரம்) ஆகிய ஐந்து துறைப் பாடங்களையும் அறிவியலில் உள்ளடக்கியிருப்பது தேசியக் கல்வி கற்பித்தலில் முக்கிய இடம் வகிக்கிறது. அறிவியல் பாடம் நடத்தும்போது தமிழாக்கப்படும் கலைச்சொற்களில் என்னவகையான அணுகுமுறையைக் கையாள வேண்டுமென்ற பாரதியார் விரிவாக எடுத்துரைத்துள்ளார். வேதியியல் கல்வியைப் பற்றிய போதனையில் நோய்க் கிருமிகள் குறித்து எதிர்மறையான கருத்துகளை முன்வைத்துள்ளார். "...ரஸாயன சாஸ்திரம் மிகவும் பிரதானமாகையால் ரஸாயன பயிற்சியிலே அதிக சிரத்தை காண்பிக்க வேண்டும். கண்ணுக்குத் தெரியாத நுட்பமான பூச்சிகள் தண்ணீர் மூலமாகவும், காற்று மூலமாகவும், மண் மூலமாகவும் பரவி நோய்களைப் பரப்புகின்றன என்ற விஷயம் ஐரோப்பிய 'ஸயன்ஸ்' மூலமாகக் கண்டுபிடிக்கப்பட்டிருப்பதில் ஒரு சிறிது உண்மை இருப்பது மெய்யேயாயினும், மனம் சந்தோஷமாகவும் ரத்தம் சுத்தமாகவும் இருப்பவனை அந்தப் பூச்சிகள் ஒன்றும் செய்யமாட்டா என்பதை ஐரோப்பியப் பாடசாலைகளில் அழுத்திச் சொல்லவில்லை. அதனால், மேற்படி சாஸ்திரத்தை நம்புவோர் வாழ்நாள் முழுவதும் ஸந்தோஷமாய் இராமல் தீராத நரக வாழ்க்கை வாழ்கிறார்கள். ஆதலால், நமது தேசீய ஆரம்பப் பாடசாலையில் மேற்படி பூச்சிகளைப் பற்றின பயம் மாணாக்கருக்குச் சிறிதேனும் இல்லாமல் செய்துவிட வேண்டும். உலகமே காற்றாலும், மண்ணாலும், நீராலும் சமைந்திருக்கிறது. இந்த மூன்று பூதங்களைவிட்டு விலகி வாழ

யாராலும் இயலாது. இந்த மூன்றின் வழியாகவும் எந்த நேரமும் ஒருவனுக்கு பயங்கரமான நோய்கள் வந்துவிடக்கூடும் என்ற மஹா நாஸ்திகக் கொள்கையை நவீன ஐரோப்பிய சாஸ்திரிகள்தாம் நம்பி ஓயாமல் பயந்து பயந்து மடிவது போதாதென்று அந்த மூடக்கொள்கையை நமது தேசத்தில் இளஞ் சிறுவர் மனதில் அழுத்தமாகப் பதியும்படி செய்து விட்டார்கள்." பாரதியார் வாழ்ந்த காலத்தில் இந்தியர்களின் சராசரி வாழும் வயது 25. அன்றைய காலகட்டத்தில் பச்சிளம் சிசு மரணம் அதிகம். மகப்பேறின்போது மருத்துவ வசதியின்மையினால் சூலுற்ற இளம்பெண்கள் ஏராளமாக இறந்தனர். நோய் என்பது பாவத்தின் விளைவு. ஏவல், பில்லி, சூன்யம், செய்வினை போன்றவற்றால் நோய் ஏற்படுகிறது என்ற பொதுப்புத்தி நிலவியது. தூய நீரை அருந்தாமல் வயிற்றுப் போக்கினால் பலர் மாண்டனர். அம்மை நோய் மாரியம்மனின் கோபத்தினால் வருவது, காலரா நோய் காளியின் சாபம் என்று எங்கும் மூடநம்பிக்கைகள் நிலவிய சூழலில், போதிய மருத்துவ வசதி இல்லாமல் இறந்தவர்களின் எண்ணிக்கைக்குக் கணக்கேது? இத்தகு சூழலில் அறிவியல் கல்வியை வரவேற்கும் பாரதியார், நோயை உருவாக்கிடும் கிருமிகள் பற்றிய எச்சரிக்கை உணர்வு அல்லது பயத்தை 'மஹா நாஸ்திகக் கொள்கை' என்று எதிர்க்கிறார். மனித உடலில் ஏற்படும் நோய் பற்றிய அறிவியல் பார்வையை மறுப்பதில் பாரதியின் கல்வியியல் சிந்தனை தெளிவற்று உள்ளது; அறிவியலையும் வைதிக சநாதன மதத்தையும் ஒன்றிணைத்துக் குழம்பிடும் போக்குக் காணப்படுகிறது.

கைத்தொழில், வேளாண்மை, தோட்டப் பயிரிடுதல், சிறு வணிகம் போன்றவை குறித்து மாணவர்களுக்குப் பள்ளியில் போதிக்க வேண்டுமென்ற பாரதியாரின் அக்கறை கவனத்திற்குரியது. "மாணாக்கர்கள் எல்லாருக்கும் விசேஷமாகத் தொழிலாளிகளின் பிள்ளைகளுக்கு, நெசவு முதலிய முக்கியமான கைத்தொழில்களிலும், நன்செய், புன்செய்ப் பயிர்த்தொழில்களிலும், பூ, கனி, காய், கிழங்குகள் விளைவிக்கும் தோட்டத் தொழில்களிலும், சிறு வியாபாரங்களிலும் தகுந்த ஞானமும் அனுபவமும் ஏற்படும்படிசெய்தல் நன்று." எல்லோருக்கும் ஒரே மாதிரியான கல்வியைப் போதிக்க வேண்டுமென்ற நடைமுறைக்கு மாறாகத்

தொழிலாளர்களின் பிள்ளைகளுக்கு மட்டும் கைத்தொழில், பயிர்த்தொழில், தோட்டமிடுதல் போன்றவற்றில் தனிப்பட்ட பயிற்சிகள் தரவேண்டுமென்பது, ஒருவகையில் குலத்தொழிலைச் செய்யுமாறு ஊக்குவிப்பதாகும். வேதம் ஓதுகிற பார்ப்பனர்களின் பிள்ளைகள் எவ்விதமான உடலுழைப்பும் இல்லாமல் ஓய்வாக இருப்பதை உள்ளடக்கியது தேசியக் கல்வி என்ற வரையறை ஏற்புடையது அல்ல.

பள்ளி மாணவர்களுக்கு உடற்பயிற்சி அவசியம் என்ற கருத்துடைய பாரதியாரின் கருத்து, முக்கியமானது. "படிப்பைக் காட்டிலும் விளையாட்டுக்களில் பிள்ளைகள் அதிக சிரத்தை எடுக்கும்படி செய்யவேண்டும். 'சுவரில்லாமல் சித்திரமெழுத முடியாது. பிள்ளைகளுக்கு சரீரபலம் ஏற்படுத்தாமல் வெறுமே படிப்பு மாத்திரம் கொடுப்பதால், அவர்களுக்கு நாளுக்குநாள் ஆரோக்கியம் குறைந்து அவர்கள் படித்த படிப்பெல்லாம் விழலாகி, அவர்கள் தீராத துக்கத்துக்கும் அற்பாயுசுக்கும் இரையாகும்படி நேரிடும்." மாணவர்கள் ஓட்டம், கிளித்தட்டு, சடுகுடு போன்ற இந்திய விளையாட்டுக்களுடன் ஐரோப்பியரின் கால்பந்து விளையாட்டு மற்றும் கவாத்து எனப்படும் டிரில் பழகிட வேண்டுமென்று பாரதியார் பரிந்துரைப்பது இன்றைக்கும் மாணவர்களின் உடல்நலத்திற்கு அடிப்படையானதாகும். கல்வி என்றால் பாடப் புத்தகம் மட்டுமல்ல மாணவர்களின் உடல்நலத்துடன் தொடர்புடையது என்ற பார்வை அறிவியல்பூர்வமானது.

பள்ளி மாணவர்களுக்குச் சுற்றுச்சூழலை அறிமுகப்படுத்தும் நோக்கில் அவர்களைப் பயணமாக அழைத்துச் சென்று இயற்கையின் அழகை ரசிப்பதற்கு ஆசிரியர்கள் ஏற்பாடு செய்ய வேண்டுமென்ற பாரதியாரின் திட்டம், அதியற்புதமானது.

தேசியப் பள்ளிக்கூடம் நடத்துவதற்கான செலவினங்களுக்கான நிதி திரட்டல் பற்றிய பாரதியாரின் பார்வை, புறநிலையில் பள்ளியைத் தொடங்கி நடத்திடுவதற்கான ஆலோசனையை வழங்குகிறது." தேசீயப் பள்ளிக் கூடம் நடத்துவதற்கு அதிகப் பணம் செலவாகாது. மாசம் நூறு ரூபாய் இருந்தால் போதும். இந்தத் தொகையை ஒவ்வொரு கிராமத்திலுள்ள ஜனங்களும்

தமக்குள்ளே சந்தா வசூலித்துச் சேர்க்க வேண்டும். செல்வர்கள் அதிகத் தொகையும் மற்றவர்கள் தத்தமக்கு இயன்றளவு சிறு தொகைகளும் கொடுக்கும்படி செய்யலாம். 100 ரூபாய்கூட வசூல் செய்யமுடியாத கிராமங்களில் 50 ரூபாய் வசூலித்து. உபாத்தியாயர் மூவருக்கும் தலைக்கு மாசச் சம்பளம் 12ரூபாய் கொடுத்து, மிச்சத் தொகையை பூகோளக் கருவிகள்,"ஸயன்ஸ்" கருவிகள், விவசாயக் கருவிகள் முதலியன வாங்குவதில் உபயோகப்படுத்தலாம்... எல்லாவிதமான தானங்களைக் காட்டிலும் வித்யாதானமே மிகவும் உயர்ந்தது என்று ஹிந்து சாஸ்த்ரங்கள் சொல்லுகின்றன. மற்ற மத நூல்களும் இதனையே வற்புறுத்துகின்றன. ஆதலால் ஈகையிலும் பரோபகாரத்திலும் கீர்த்தி பெற்றதாகிய நமது நாட்டில்; இத்தகைய பள்ளிக்கூடமொன்றை மாச வசூல்களாலும்,நூற்றுக்கணக்காகவும், ஆயிரக்கணக்காகவும் அல்லது சிறு சிறு தொகைகளாகவும் சேகரிக்கப்படும் விசேஷ நன்கொடைகளாலும் போஷித்தல் சிரமமான காரியம் அன்று." ஆங்கிலேய அரசின் உதவியைப் பெற்றிடாமல், மக்களிடம் இருந்து பணம் வசூலித்துப் பள்ளிக்கூடங்களை நடத்திட வேண்டுமென்ற பாரதியாரின் எண்ணம், ஆங்கிலேய எகாதிபத்தியத்திய எதிர்ப்பின் வெளிப்பாடாகும்.

இந்தியா, ஹிந்து, சமஸ்கிருதம், வைதிக சநாதனம் ஆகிய பரிமாணங்களுடன் தமிழ் மொழியையும் உள்ளடக்கியதாகப் பாரதியாரின் கல்விக் கொள்கையின் தளம் அமைந்துள்ளது. தேசியக் கல்வியில் தமிழ்நாட்டுப் பெண்களைச் சேர்த்துக்கொண்டு அவர்களுடைய ஆலோசனைகளையும் கருத்தில்கொண்டு செயல்படாவிடில், அந்தக் கல்வி சுதேசியம் ஆகாது என்று பாரதியார் அழுத்தமாகக் குறிப்பிட்டுள்ளார். மேலும் அவர், இந்தியாவில் வாழும் இஸ்லாமியர்கள், கிறிஸ்தவர்களையும் ஒருங்கிணைத்துச் செயல்படும்போது தேசியக் கல்வி வெற்றிகரமாகச் செயல்படும் என்று மத வேறுபாடுகளைக் கடந்தநிலையில் கருதியுள்ளார். ஜாதி, மதம், பால் வேறுபாடுகளைக் கடந்த நிலையில் இந்தியாவெங்கும் தேசியக் கல்வி பரவிட விழைந்த பாரதியாரின் முயற்சிகள், அன்றைய காலகட்டத்தில் முற்போக்கானவை. பாரதியாரின் தேசியக் கல்வி பற்றிய விவரிப்புகள், திட்டங்கள் போன்றவை நடைமுறையில்

சாத்தியப்படவில்லை என்றாலும், கவியின் கனவு என்ற நிலையில் பாரதியாரின் கல்வியியல் சிந்தனைகள் வரலாற்று ஆவணமாகியுள்ளன.

மூல நூல்

சுப்பிரமணிய பாதியார், சி. பாரதியார் கட்டுரைகள். சென்னை: பழனியப்பா பிரதர்ஸ்,2000.

காக்கைச் சிறகினிலே, 2021 அக்டோபர்

நவீன இலக்கியத்தில் தொன்மக் கதையாடல்

கடந்த காலத்தின் நினைவுகளாகப் பதிவாகியிருக்கிற கதைகள், இலக்கியப் படைப்புகளில் தொன்மங்களாக உறைந்திருக்கின்றன. Myth என்ற ஆங்கிலச் சொல் தமிழில் தொன்மம் எனப்படுகிறது. தொன்மம் என்றால் பழங்கதை அல்லது கட்டுக்கதை என்று பொருள். முன்னர் எப்பொழுதோ நடைபெற்ற கடவுளர்களின் வாழ்க்கையில் நடைபெற்ற அதியற்புதச் சம்பவங்களை உள்ளடக்கிய புனைவுகளின் தொகுப்பாக விளங்கும் புராணம் என்ற சொல்லுக்குக் 'கடந்த காலத்தின் கதை' என்று பொருள். படைப்புகளின் வழியாகத் தொன்மக் கதையாடல், அடுத்தடுத்த தலைமுறைக்கு மாறிக்கொண்டிருக்கிறது. சமூகத்தின் கனவுகளையும், கற்பனைகளையும் கொண்டதாகத் தொன்மம் இருக்கிறது. தொன்மங்களுக்கு காரணங்கள் கற்பிக்க இயலாது. சங்க இலக்கியத்தில் இராமாயண, மகாபாரதத் தொன்மங்கள் இடம் பெற்றுள்ளன. ஆட்டனத்தி — ஆதிமந்தி, ஒரு முலை இழந்த திருமாவுண்ணி, பெண் கொலை புரிந்த நன்னன் ஆகிய மூன்று தொன்மக் கதைகள் சங்கப் படைப்புகளில் இடம் பெற்றுள்ளன. செவ்வியல் மொழிப் படைப்புகளில் தமிழில் மட்டும்தான் அதியற்புதப் புனைவுகள் நிரம்பிய தொன்மக் கதைகளுக்கு இடமில்லை. தமிழ் மரபில் கருவிலே திருவுடையானுக்குத்தான் செய்யுள் இயற்றுவது சாத்தியம் என்று புனைவு, தொன்மம். சம்ஸ்கிருத மரபில் கவிஞர் காளிதாசனின் நாவில் கடவுளாகிய காளி எழுதியதால், பாடல் புனைவது சாத்தியமானது என்பது கர்ண பரம்பரைக் கதை. யாப்பு இலக்கணத்திலான செய்யுள் வடிவம் பற்றிய அதீதப் புனைவும், புலவன் அறம் பாடினால், அரசாட்சிகூட வீழ்ந்துவிடும் என்ற நம்பிக்கையும் தொன்மக் கதையாடல்தான். நெல் அறுவடையின்போது, களத்திற்கு வந்த புலவர் வாழ்த்திப் பாடினால், களம் பொலிந்திடும் நம்பிய சம்சாரிகள், புலவர் அரியாக நெற்கட்டைக் கொடுப்பதில் தொன்மம் பொதிந்துள்ளது.

இன்று தொன்மம் மாறியுள்ளது. ஆளு கண்ணகி, நெற்றிக்கண்ணுடன் திரியுறான், வாழும் வள்ளுவர், நடமாடும் பல்கலைக்கழகம், ஆள் சரியான சகுனி, கலைஞர் என்று நினைப்பு, ஆள் வடிவேல் மாதிரி, அவளுக்கு ஐஸ்வர்யாராய்ன்னு நினைப்பு, மன்மதக் குஞ்சு ... நவீன வாழ்க்கையில் தொன்மக் கதையாடல் தொடர்கிறது. தமிழர் வாழ்க்கையில் திரைப்படம் சார்ந்து உருவாகியுள்ள தொன்மங்கள் ஏராளம். யதார்த்த வாழ்க்கை தொன்மங்களால் நிரம்பியுள்ளது. இலக்கியத்தை முன்னிறுத்திப் பல்வேறு தொன்மங்கள் உருவாக்கப்பட்டுள்ளன. அவை, ஒருவகையில் புனைவுகள்தான். இலக்கிய உலகில் நிலவுகிற தொன்மங்களை உண்மை என்று நம்புகிறவர்கள் நிரம்ப இருக்கின்றனர். இலக்கியம் பற்றிய பரந்துபட்ட பார்வையில்லாமல் தன்னுடைய ஆளுமையை முக்கியத்துவப்படுத்தவும், குறுகிய வணிக நோக்கங்களுக்காகவும்கூடத் தொன்மங்கள் உருவாக்கப்படுகின்றன.

இன்றைய காலகட்டத்தில் நவீனத் தமிழிலக்கிய உலகில் நிலவுகிற தொன்மக் கதையாடல்கள் தொகுத்துத் தரப்பட்டுள்ளன.

சிறுபத்திரிகையை முன்வைத்துத் தீவிர இலக்கிய உலகில் பல்வேறு தொன்மங்கள் நிலவுகின்றன. சிறுபத்திரிகை என்ற சொல்கூட ஒருவகையில் தொன்மம்தான். சிறுபத்திரிகையில் பிரசுரமாகிற படைப்புக்கள் எல்லாம் உன்னதமானவை என்ற நம்பிக்கை; மங்கலாகவும் கலங்கலாகவும் எழுதுவதுதான் சிறந்த படைப்பின் அடையாளம்; சராசரி வாசகர்களுக்குப் புரியாத மொழியில் எழுதப்படுகிற கட்டுரைகள் தனித்துவமானவை.

சிறுபத்திரிகைக்காரன் என்ற தெனாவட்டும், நம்பிக்கையும்; சிறுபத்திரிகை ஆசிரியர் என்ற ஹோதாவில் மாபெரும் சாதனையாளராகத் தன்னைக் கருதுகிற ஆசிரியர்.

முந்நூறு பிரதிகள் அச்சடிக்கிற பத்திரிகைதான் சிறுபத்திரிகை. இத்தகைய சிறுபத்திரிகையில் படைப்புப் பிரசுரமாகிவிட்டால், இலக்கியச் சிகரத்தை அடைந்து விட்டதாகக் கருதும் மனநிலை.

ஐம்பதுகளில் 'எழுத்து' பத்திரிகை தொடங்கி வைத்த இருண்மையான கவிதை மரபை 2020 ஆம் ஆண்டிலும் அப்படியே

நகலெடுத்து, அத்தகைய மரபின் தொடர்ச்சிதான் சிறந்த கவிதையின் அடையாளம் என்று நம்புதல்.

ஒரு குழு சார்ந்து குறிப்பிட்ட எண்ணிக்கையிலான கவிஞர்கள் எழுதுவது மட்டும்தான் நவீன கவிதை என்று பிரகடனப்படுத்துதல்; வேறு யார் கவிதை எழுதினாலும் கவிதைப் புத்தகத்தை வாசிக்காமல் அவன் எழுதுறது எல்லாம் கவிதையா? என்று திட்டுதல்.

கவிதை என்பது பார்ப்பனர், பிள்ளைமார் போன்ற உயர்சாதியினர்க்கு மட்டும்தான் சாத்தியம்; பிறப்பினால் தலித்தாக இருக்கிறவர் எப்படி சிறந்த கவிதை எழுத முடியுமென்று வெறுப்புடன் சொல்கிற திமிரான பேச்சு.

ஔவை, ஆண்டாளுக்குப் பின்னர் பெண் கவிஞர்கள் தமிழில் உருவாகவில்லை என்ற ஆண் மேலாதிக்கப் பேச்சு.

ஆங்கிலச் சொற்களைக் கலந்து, திருகலான மொழியில் எழுதப்பட்ட விமர்சனத்தை முக்கியமானதாகக் கருதுதல்.

அடுத்தடுத்த வாசிப்பில் புரியக்கூடிய கவிதையைப் பற்றி ஒருபோதும் புரியாத மொழியில் விமர்சித்து எழுதப்படுகிற விமர்சனத்தை சிறப்பானதாகக் கருதுதல்.

இலக்கிய விமர்சனம் என்றால் ஒரு படைப்பை எதிர்மறையாகக் கண்டனத்துடன் திட்டி எழுதுதல் என்ற பார்வை.

ஒரு காலட்டத்தில் தடம் பதித்த படைப்பாளி இறந்து சில பத்தாண்டுகளுக்குப் பின்னர் அந்தப் படைப்பாளி வாழும் காலத்தில் பத்திரிகையில் எழுதி, அதை வேண்டாமென்று தொகுப்பில் சேர்க்காமல், கசக்கிப் போட்ட தாளைத் தேடியெடுத்து, தற்சமயம் செம்பதிப்பு என்ற பெயரில் புத்தகமாகக் கொண்டு வருதல். செம்பதிப்புப் பற்றிய பிரமை.

எழுபதுகள் காலகட்டத்திய படைப்பாளர்கள்தான் சாதனையாளர்கள் என்று 2020 ஆம் ஆண்டிலும் எழுதுதல். இந்த விஷயத்தில் மொழி திரைப்படத்தில் பேராசிரியராக வரும் பாஸ்கர் போல் ஒரு காலகட்டத்தில் உறைந்திருக்கிற சிலர் தொடர்ந்து நாளிதழ்களில் எழுதுகிற கட்டுரைகள்.

மார்க்யூஸ், போர்ஹே, முரஹாமி போன்றவர்களின் படைப்புகளை மட்டும் எப்பொழுதும் உயர்வாகக் கூறுதல்; தமிழில் சிறந்த படைப்பு எதுவுமில்லை என்று கூறுதல்.

தாஸ்தாயெவ்ஸ்கியின் அகம் சார்ந்த படைப்புகளை மட்டும் உன்னதமானவை, அவருக்கு நிகராக உலகில் யாருமில்லை என்று தொடர்ந்து எழுதுதல்.

திருக்குறள் உலகப் பொதுமறை என்று கொண்டாடுதல்.

பாரதிதாசன் இனவாதம் பாடிய கவிஞன் என்ற புறக்கணிப்பு.

பாரதிக்கு அடுத்த மகாகவி நான் தான் என்று பெருமையாகச் சொல்லும் கவிஞன்.

மௌனியின் 24 கதைகளும் அற்புதம்; மௌனி, தமிழ்ச் சிறுகதையின் திருமூலர்; மௌனியின் சிறுகதைகளுக்கு ஒப்பீடாகத் தமிழில் யாரையும் சொல்ல முடியாது என்ற பினாத்துதல்.

தி.ஜானகிராமனின் 'மோகமுள்' நாவலை விமர்சனம் எதுவுமின்றிப் பாராட்டுதல்; வெகுஜனப் பத்திரிகையின் வாசகர்களுக்காக எழுதப்பட்ட மோகமுள் நாவலில் வரும் யமுனா மீதான காதலுடன் கும்பகோணம் தெருக்களின் அலைந்தது குறித்த பதிவுகள்.

சுஜாதாவிற்குப் புத்தகங்களை அனுப்பிவிட்டு, அவர் ஏதாவது தன்னைப்பற்றி எழுத மாட்டாரா என்று காத்திருந்துவிட்டு, வெளியில் சுஜாதாவைப் பற்றிக் கேவலமாகப் பேசுதல்.

நகுலனின் 'ராமச்சந்திரனா' என்ற கவிதையை மட்டும் வாசித்துவிட்டு, பித்து மனநிலையில் அலைதல்.

கோணங்கியின் எழுத்துகளை வாசிக்காமல், அந்தப் பெயரும், அவருடைய பேச்சும் உருவாக்குகிற போதையில் திரிந்து, கோணங்கியின் நண்பன் என்ற பில்டப்.

இலக்கியப் படைப்புகள் மூலம் புரட்சியை உருவாக்கிட முடியுமென்று எழுதுகிற இடதுசாரிப் படைப்பாளரின் நம்பிக்கை

மொழிபெயர்ப்புப் படைப்புகள் எல்லாம் மேன்மையானவை; இலத்தீன் அமெரிக்க இலக்கியப் படைப்புகளின் தமிழ்

மொழிபெயர்ப்புகள் காத்திரமானவை; இருபத்து நான்கு மொழிகளில் 64 லட்சம் பிரதிகள் வெளியாகியுள்ள நாவல், உலக இலக்கியத்தின் உன்னதமான நாவல்; மொழிபெயர்ப்புப் படைப்புகளுடன் ஒப்பிடும்போது, தமிழில் சிறந்த நாவல் எதுவும் இல்லை.

தமிழ்க் கவிதைகள் குறித்துப் புறக்கணிப்பான மனநிலை; மொழிபெயர்ப்புக் கவிதைகள் ஒப்பீடு அற்றவை என்ற நம்பிக்கை.

எரிட்டேரிய மொழியில் அற்புதமாக ஒரு நாவல் மட்டும் எழுதியுள்ள பெண் படைப்பாளி போல உலகில் யாரும் இல்லை எனக் கூறுதல். அப்புறம் அந்தப் பெண் படைப்பாளியின் நாவலை மொழிபெயர்த்துக் கொண்டிருப்பதாகப் பிரகடனப்படுத்துதல்.

போர்த்துக்கீசிய மொழியில் 23 நாவல்கள் எழுதியுள்ள நாவலாசிரியரின் பதினேழு நாவல்களை வாசித்துவிட்டு, தற்சமயம் பதினெட்டாவது நாவலில் பாதியளவு வாசித்துக் கொண்டிருக்கிறேன் என்று எழுதுதல்.

மூத்த கவிஞரிடம் அணிந்துரை வாங்கிக் கவிதைப் புத்தகத்தில் சேர்த்தால், இலக்கியத் தகுதி கிடைக்கும் என்ற நம்பிக்கை.

சொந்த சாதிப் படைப்பாளிகளுக்கு மட்டும் கூட்டங்களைத் தொடர்ந்து நடத்திவிட்டு, தன்னுடைய கவிதைகளைக் குறிப்பிட்ட சாதியைச் சார்ந்த காரணத்தினால் புறக்கணிக்கின்றனர் என்று ஒப்பாரி வைக்கிற உயர்சாதிக் கவிஞர்.

சாகித்திய விருது பெறுவதற்காக எல்லாவிதமான லாபிகளும் செய்து, அறிவிப்பு வெளியானவுடன் அந்த விருது தானாகத் தேடி வந்ததாகக் கூட்டங்களில் பேசுகிற விருதாளரின் பேச்சு.

கிளாசிக் நாவல் வரிசையில் பிரசுரமாகியுள்ள நாவல்கள் எல்லாம் அவசியம் வாசிக்கப்பட வேண்டியவை என்று விளம்பரப்படுத்துகிற பதிப்பகம் உருவாக்குகிற புனைவு.

குறிப்பிட்ட பதிப்பகம் வெளியிடுகிற படைப்புகள் எல்லாம் முக்கியமானவை என்ற பிரச்சாரம். பதிப்பக விசுவாசிகள் சேர்ந்து நடத்துகிற புத்தக ஆராதனைக் கூட்டம். பதிப்பகம், பதிப்பாளர் பற்றிய பில்டப்.

காலச்சுவடு என்ற பெயர் நவீன இலக்கியப் பத்திரிகையுலகில் தொன்மம். முன்னொரு காலத்தில் கணையாழி பத்திரிகை தொன்மமாக இருந்தது.

இழவு வீட்டில்கூட தனக்கு மாலை விழாதா என்ற நோக்கில், எப்பொழுதும் ஏதோவொரு பிரச்சினையை முன்வைத்து எழுதி, எல்லோரின் கவனமும் தன் மீது விழுமாறு செய்கிற எழுத்தாளரின் மனோபாவம்.

எவ்விதமான வேலையும் செய்யாமல், அலைந்து திரிந்து, படைக்கிற முழுநேரப் படைப்பாளியிடமிருந்துதான் உன்னதமான படைப்பு வரும்; மற்றபடி ஏதாவது வேலை, அலுவலகப் பணியாற்றுகிற பகுதி நேர எழுத்தாளனிடமிருந்து சிறந்த படைப்பு வராது.

டாஸ்மாக்கில் விற்கப்படும் மட்டமான மதுவை வெறும் வயிற்றில் குடித்துவிட்டு, எரிச்சலுடன் கண்டமேனிக்குப் பேசி, அலப்பறை பண்ணி, உளறுகிற படைப்பாளியைக் கலகக்காரனாக அவதானித்தல்.

எல்லாம் தொன்மங்களாக மாறுகிற இன்றையச் சூழலில் எனது கட்டுரையும் தொன்மக் கதையாடலாகி விட்டது. விடாது தொன்மம்.

அந்தி மழை, 2020 ஜூன்

இலக்கிய உலகில் ததும்பிடும் கிசுகிசுக்கள்

உலகம் கதைகளால் ஆனது என்ற வரையறையைப் போலவே தீவிரமான சிறுபத்திரிகை உலகமும் கதைகளாலும் கிசுகிசுக்களாலும் புறணிகளாலும் நிரம்பியதுதான், கிசுகிசுக்கள், இலக்கிய உலகில் எப்பவும் காற்றில் மிதந்து கொண்டிருக்கின்றன, அறுபதுகளில் கிராமத்துச் சத்திரம், சாவடி, திண்ணைகளில் கூடியிருந்த பெரிசுகள் பேசிய பேச்சுகள் ஒருவகையில் கிசுகிசுக்கள்தான். வீட்டு வேலை, வயல் வேலை என மூழ்கியிருந்த கிராமத்துப் பெண்களின் பொழுதுபோக்கு, பேச்சுகள்தான் என்ற நிலையில் இன்னொருத்தரைப் பற்றிக் கதைப்பது தவிர்க்க இயலாதது. சரி, போகட்டும். ஒருவகையில் மனித மரபணுவில் பிறரைப் பற்றிப் புறணி பேசுவது பொதிந்துள்ளதா? யோசிக்க வேண்டியுள்ளது.

கிசுகிசு என்ற சொல்லைக் கேட்டவுடன் எல்லோருக்கும் ஆர்வம் ஏற்படுவது இயல்பானது. இந்நிலைக்கு இலக்கியவாதிகள் விதிவிலக்கு அல்ல. சக படைப்பாளரின் அந்தரங்க வாழ்க்கை அல்லது படைப்புகள் குறித்துப் பேசுவதில் அப்படி என்ன மகிழ்ச்சி இருக்கிறது? சிலர் எப்பொழுதும் யாரோவொரு இலக்கிய ஆளுமை குறித்துக் கிசுகிசுத்துக்கொண்டு இருக்கின்றனர். கிசுகிசுவில் நம்பகத்தன்மை குறைவு என்றாலும் இன்னொரு இலக்கியவாதி பற்றிய பேச்சில் படைப்பாளர்/ வாசகர்களுக்கு ஈடுபாடு இருக்கிறது. படைப்பாளர்/ படைப்புக் குறித்து மோசமாகவோ எதிர்மறையாகவோ சித்திரித்திட சிலர் கிசுகிசுவைப் பயன்படுத்துகின்றனர். ஒருவரின் படைப்பை மட்டம் தட்டிக் கேவலப்படுத்திட விரும்புகிற சிலருக்குக் கிசுகிசு உதவுகிறது. கிசுகிசு வேகமாகப் பரவிடும் அளவிற்கு அசலான கருத்துப் பரவாது.

சுவராசியமான பேச்சுமூலம் நண்பர்களைச் சம்பாதிக்க சில படைப்பாளர்கள் பயன்படுத்தும் தொழில்நுட்பம்தான் கிசுகிசு. பொதுவாகக் கிசுகிசு எந்நேரமும் பேசப்படுவது இல்லை.

என்றாலும் குறிப்பிட்ட சில படைப்பாளர்கள் எப்பொழுதும் கிசுகிசுப்பதை எனது அனுபவத்தில் அறிந்திருக்கிறேன். இதில் ஒரு விஷயம் முக்கியமானது. கிசுகிசு வேறு அவதூறு வேறு என்ற புரிதல் வேண்டும். தனிப்பட்ட ஒரு படைப்பாளர் மீதான வெறுப்பினால் கிசுகிசு பரப்பப்படுவது இல்லை. ஒருவகையான சுவராசியத்தின் அடிப்படையில்தான் பெரும்பாலான கிசுகிசுக்கள் புனையப்படுகின்றன. குறிப்பிட்ட படைப்பாளர் மீதான பொறாமை, சாதியம் காரணமாக அவதூறு உருவாக்கப்படுகிறது. அதேவேளையில் அந்த எழுத்தாளன் ஒன்றும் பெரிய பிடுங்கி இல்லை, அவனுடைய எழுத்துகள் சாதாரணமானவை என்று பிறருக்குத் தவறுதலாக அறிமுகப்படுத்திடவும் கிசுகிசுக்கள் உதவுகின்றன. என்னுடைய நாற்பது ஆண்டு காலச் சிறுபத்திரிகை சார்ந்த இலக்கிய அனுபவத்தில் எதிர்கொண்ட கிசுகிசுக்கள் அளவற்றவை. அவை, ஒருவகையில் முடிவற்ற போதைக்குள் இழுத்துச் செல்லும் இயல்புடையன.

எழுபதுகளின் நடுவில் சிறுபத்திரிகைகள் வாசிக்கத் தொடங்கிய எனது மனநிலை, நாளடைவில் எழுத்தாளர்களைப் பற்றி அறிந்திடவும் சந்தித்துப் பேசிடவும் விழைந்தது. 1978 ஆம் ஆண்டு கோவில்பட்டி நகருக்குப் போனேன். அங்கு தேவதச்சன், ஜோதி விநாயகம், கௌரி சங்கர், அப்பாஸ் போன்ற எழுத்தாளர்களுடன் இலக்கிய உரையாடல் நிகழ்த்திட மனதில் பெரும் ஆவல். சிறுபத்திரிகைகளைத் தொடர்ந்து வாசித்ததினால் ஒருவிதப் பித்து மனநிலை எனக்குள் உருவாகியிருந்தது. ஏற்கனவே அறிமுகமானவர்கள்போல இலக்கியவாதிகளுடான அன்றையப் பேச்சு விரிந்தது. மாலைவேளையில் சற்று மேடான இடத்துக்கு அழைத்துப் போய் கல்கண்டு பால் வாங்கிக் கொடுத்த அப்பாஸ், “இதுதான் தக்காண பீடபூமியின் எல்லை” என்று சொன்னார். இதுவரை பாடப் புத்தகத்தில் வாசித்த பீடபூமி என்ற சொல்லை நேரில் பார்த்தது விநோதமாக இருந்தது. கௌரி சங்கர் கேட்டார்,” “உங்களுக்கு யாருடைய கவிதைகள் பிடிக்கும்” என்று. நான் “கலாப்ரியா” என்று பதிலளித்தேன். சங்கர், “ பாரதி கவிதை வாசிச்சிருக்கீங்களா? பாரதி ரௌத்திரம் பழகு என்கிறார். கலாப்ரியா கவிதையில் எங்காவது கோபம் இருக்கா? பின்னே எப்படி அது நல்ல கவிதை ஆகும்? சோமசுந்தரம் நமக்கு ரொம்ப

வேண்டப்பட்ட பிள்ளைமார் வீட்டுச் சமர்த்துப் பையன். திருநெல்வேலி, தாமிரபரணி, இட்டலி — சாம்பார், சார்வாள், பிள்ளைமார் வீட்டு வளவு, மதினிகள்... இதைத்தாண்டி கவிதையில என்ன இருக்கு? என்னால் எதுவும் பேச முடியவில்லை. அப்புறம் தேவதச்சன்," ஒவ்வொரு படைப்பாளியும் எழுதுகிற எழுத்து ஒருவகையில் கண்டுபிடிப்புதான். எதுவும் கண்டுபிடிக்காமல் வெறுமனே விவரணை மட்டும் எப்படி கவிதையாகும்? என்றார். அப்புறம் அவர்கள் எழுத்தை முன்வைத்து எழுத்தாளர்கள் பற்றிப் பேசிய பேச்சுகள் எல்லாம் விமர்சனம் என்ற லேபிளில் கிசுகிசுக்கள்தான். கி.ரா.ராஜநாராயணனை நைனா என்று சொன்னது எனக்குப் பிடித்தமாக இருந்தது. அவர்கள் பேசுவதைக் கேட்டுக்கொண்டிருந்த ஏழெட்டு மணி நேரமும் இலக்கியப் பித்துப் பிடித்துக் கிளம்பி வந்த எனக்கு வேப்பந்தழை அடித்து மந்திரிக்காததுதான் பாக்கி. அங்கிருந்து கிளம்பிப் பேருந்தில் பயணிக்கையில் இலக்கியத்தை முன்வைத்துப் பேசிய பேச்சுகள் காதுக்குள் ஒலித்துக்கொண்டே இருந்தன. அன்றைக்குத் தொடங்கிய இலக்கியத்தை முன்வைத்த சொல்லாடல்கள், இன்றைக்கும் தொடர்கின்றன. அவை, ஒருநிலையில் கிசுகிசுக்கள் என்றாலும் எனக்குப் பிடித்தமானவைதான்.

அவையில் இல்லாத படைப்பாளரின் சொந்த வாழ்க்கை, இலக்கியப் படைப்புகள் குறித்த பேசுகிறவரின் மதிப்பீடுகளில் சுய விருப்பு வெறுப்பும் கலந்து இருக்கும். இரு இலக்கியவாதிகள் சந்தித்துப் பேசத் தொடங்கும்போது இயல்பாகத் தொடங்கிடும் பேச்சுகளில், இலக்கியக் கிசுகிசுக்கள் இடம் பெறுதல் தவிர்க்கவியலாதது. எவ்வளவு நேரம்தான் இலக்கியம் மட்டும் பேச முடியும்? யோசிக்கும்வேளையில் கிசுகிசுக்களைக் கேட்பதும் பேசுவதும் பெரும்பாலான படைப்பாளர்களின் குருதியில் ஊறியுள்ளதை அறிய முடியும்.' உவப்பத்தலை கூடி உள்ளப் பிரிதல்' என்று வள்ளுவர் சொன்னதும் 'இலக்கிய சல்லாபம்' என்று உ.வே. சாமிநாத ஐயர் 'என் சரித்திரம்' நூலில் எழுதியிருப்பதும் கிசுகிசுக்களையும் சேர்த்துத்தான். கிசுகிசுக்களைத் திட்டமிட்டு உருவாக்கிப் பரப்புதல் சிலருக்குப் பொழுதுபோக்கு. என்றாலும் சுவராசியம் கருதிப் படைப்பாளர்கள் கிசுகிசுக்களை ரசிக்கின்றனர். என் இலக்கிய வாழ்க்கையில் படைப்பாளர்களுடன் ஏற்பட்டுள்ள

நட்பு வேறு; கிசுகிசுக்கள் வேறு என்ற புரிதல் எனக்கு உண்டு. சில நேரங்களில் என்னைப் பற்றிய கிசுகிசுக்களைக் கேட்டுச் சிரித்துக் கொள்வேன். என்னுடைய நண்பர்களில் பிரபஞ்சன், ரவி சுப்பிரமணியன், பவா செல்லத்துரை, மாலதி மைத்ரி, பிரேம் ரமேஷ், யவனிகா ஸ்ரீராம் போன்றவர்கள் சொல்கிற தகவல்கள் முக்கியமானவை. அதேவேளையில் அதில் பொதிந்திருக்கிற ஆர்வமூட்டுகிற கிசுகிசுக்களும் கவனத்திற்குரியன. சுந்தர ராமசாமி எதிரில் இருக்கிறவர் நண்பர்தான், நிச்சயம் அவரால் பிரச்சினை இல்லை என்று நம்பிவிட்டால், உற்சாகத்துடன் கிசுகிசுப்பார். அவர் எதிர்கொண்ட அனுபவங்களின் விவரிப்புகூட கிசுகிசு பாணியில் இருக்கும். பொன்னீலன் சாகித்ய அகாதெமி விருது பெற்றபோது அவருக்கு நாகர்கோவிலில் நடைபெற்ற பாராட்டு விழாவில் நடைபெற்ற சம்பவங்களைச் சு.ரா. விவரித்த சொற்களைக் கேட்டபோது வாய்விட்டுச் சிரித்தேன். அவை, தகவல்கள் என்பதற்கு அப்பால் ஒருவகையில் கிசுகிசுக்கள்தான்.

எழுபதுகளின் இறுதியில் நண்பர் சமயவேல், எங்கள் ஊரான சமயநல்லூருக்கு வந்தார். அவர் அப்போது பாளையங்கோட்டை நகரத்துக் கல்லூரி மாணவர். நிறைய விஷயங்களைப் பேசிக்கொண்டிருந்தோம். திடீரென அவர், “எல்லாம் உறுதியாயிடுச்சு. தோழர்கள் கன்பஃர்ம் பண்ணிட்டாங்க. அமெரிக்க உளவு நிறுவனமான சி.ஐ.ஏ. தமிழிலக்கிய உலகில் புகுந்து விட்டது. சி.ஐ.ஏ.வின் ஏஜெண்ட் வெங்கட் சாமிநாதன்” என்றார். ஒருகணம் திகைத்துப் போனேன். தமிழ்ப் பாலை, தமிழ் மரமண்டைகள் என நெற்றியடியாக விமர்சித்துக்கொண்டிருந்த வெங்கட் சாமிநாதனை அமெரிக்காவின் உளவாளி என்ற கிசுகிசு காரணமாக எனக்குள் பதற்றம் ஏற்பட்டது. ஹாலிவுட் திரைப்படத்தில் 007 சி.ஐ.ஏ. உளவாளியாக நடித்த சீன்கானரியுடன் முரட்டுக் கதர் ஜிப்பா அணிந்திருந்த வெங்கட் சாமிநாதனை ஒப்பிட முடியவில்லை. உலகமெங்கும் கம்யூனிஸ்டுகளை ஒழித்திட முயலும் சி.ஐ.ஏ.யின் வேலைத்திட்டத்தில் தமிழ்ச் சிறுபத்திரிகைச் சூழலும் இருக்கிறது என்று கிசுகிசுவைக் கிளப்பிய வறட்டு மார்க்சிஸ்ட் யார் என்பது இப்பவும் புலப்படவில்லை. அப்புறம் வெங்கட் சாமிநாதனை நேரில் பார்த்தபோது சி.ஐ.ஏ. உளவாளி பிம்பம் நினைவுக்கு வந்தது. வெங்கட் சாமிநாதன் அந்த அவதூறு அல்லது கிசுகிசுவை எப்படி எதிர்கொண்டிருப்பார்?

இலக்கியக் கூட்டங்களில் பங்கேற்கிற படைப்பாளர்கள், வாசகர்கள் மூலமாகத்தான் பொதுவாகக் கிசுகிசுக்கள் பரவுகின்றன. அவற்றைப் பெருந்தொற்றுப் போலக் கருத வேண்டியது இல்லை. எல்லாம் சும்மா. மொத்தம் நாலடி உயரமுள்ள குட்டையான நாவலாசிரியர் 2,500 பக்கங்களில் நாவல் எழுதுகிறார் என்ற தகவல் பரவியவுடன் பலருக்கும் ஆச்சரியம். யார் அந்த நாவலாசிரியர் என்ற தேடல் புலனாய்வுக்கு வழி வகுத்தது. உலகக் கவிதை பேசுகிற ஆண் கவிஞர் ஒருவர், பெண்ணின் பெயரில் கவிதை வெளியானால் போதும், உடன் எப்படியாவது அந்தப் பெண் கவிஞருடன் தொடர்புகொண்டு, அவருடைய கவிதைகளைச் சிலாகிப்பதுடன் கவிதைத் தொகுதி கொண்டு வரலாம் என்கிறார் என்ற கிசுகிசுவைக் கேள்விப்பட்டவுடன் ஆச்சரியமாக இருந்தது. அப்புறம் திடீரென ஒரு தகவல் பரவும். அந்தக் கவிஞர் ஒரே நாளில் ஐந்து கவிதை தொகுதிகளை வெளியிட இருக்கிறார் என்று. எல்லாம் தமாஷ் அல்லது கணக்கு வழக்கு என்று கருதியவர்களுக்குப் பிரச்சினை இல்லை. மற்றபடி இந்த மாதிரி கிசுகிசுக்களை உருவாக்குகிறவர்களுக்கு ஏதோ ஒரு நோக்கம் இருக்கிறது என்று தோன்றுகிறது.

கவிஞர் கலாப்ரியா குற்றாலத்தில் திவான் பங்களாவில் நடத்திய 'பதிவுகள்' கூட்டம் முடிவற்ற பேச்சுகளில் மிதந்தது. அரங்கிற்கு வெளியில் கும்பல் கும்பலாகக் கூடி நின்று கதைத்த இலக்கிய ஆர்வலர்கள் இரவு பகலாகப் பேசிய வம்புகளுக்கும் கிசுகிசுக்களுக்கும் கணக்கேது? சீசன் இல்லாத குற்றாலத்தில் அருவிக் கரை, மதுபானக் கூடம், ஆளரவமற்ற இருண்ட தெருக்கள் என எங்கு நோக்கினாலும் சிறுபத்திரிகைகாரர்கள் பேசிய பேச்சுக்களின் பின்புலத்தில் கிசுகிசுக்கள் இல்லை எனச் சொல்ல முடியுமா? எல்லாப் புகழும் கலாப்ரியாவுக்குத்தான். எழுபதுகள் தொடங்கி தமிழ் இனி 2000 வரை நடைபெற்ற பிரமாண்டமான கருத்தரங்குகளின் பின்னர் இரவுவேளையில் நண்பர்கள் பேசிய கிசுகிசுக்கள் சுவராசியமானவை. நண்பர் சி. மோகன் எந்தவொரு விஷயத்தையும் சுவராசியமான மொழியில் விவரிப்பார். அவரைச் சுற்றி அய்யனார், ராஜகோபால், நான் உள்ளிட்ட பெருங் கும்பல் இருக்கும். எது நிஜம் எது புனைவு என்ற வரையறை இல்லாமல்

சி.மோகன் விவரிக்கிற தகவல்கள் உற்சாகமானவை. இலக்கிய ஆளுமைகள் சொல்கிற தகவல்களில் கிசுகிசுக்கள் இல்லாவிடில் இரவில் வழிந்தோடுகிற மது வெள்ளத்திற்கு ஏது அர்த்தம்?

ஊர் ஊராகச் சென்று இலக்கியத்தைப் பரப்பியதுடன் இந்தக் கவிஞன் இந்தச் சாதி என்ற தகவலையும் பரப்பிய கவிஞர் விக்ரமாதித்யனின் இரவுப் பேச்சில் கிசுகிசுக்கள் மிதக்கும். ஏதோ ஓர் ஊரில் ஒரு அராத்து அரைப் போதையில் சொன்ன தகவலை உண்மை என்று நம்புகிற இயல்பு விக்கிக்கு இருந்தது. அவர் சொல்கிற கிசுகிசுக்கள் நிஜமானவை என்று நானும் எண்பதுகளில் நம்பினேன். அது ஒரு காலம்.

1985 ஆம் ஆண்டு திருவனந்தபுரத்தில் தாமசம் அல்லது வாசம். சிறுகதைப் படைப்பாளர் ஆ.மாதவனைப் போய்ப் பார்த்தேன். ரொம்ப கௌரவமான தோற்றம். சாலைத் தெருக்கதைகள் தந்த மதிப்பீட்டுக்கு மாற்றாக அசலான தி.மு.க.காரராகப் பேசினார். குமரி அல்லது கேரளத்து எழுத்தாளர்களான சுந்தர ராமசாமியின் ஜெ.ஜெ. சில குறிப்புகள், நீல. பத்மநாபனின் தேரோடும் வீதி, ஆ.மாதவனின் தூவானம், நகுலனின் நினைவுப் பாதை போன்ற நாவல்கள் எழுத்தாளர்களை முன்வைத்துக் கிசுகிசு பாணியில் எழுதப்பட்டுள்ளன. நாவலில் குறிப்பிடப்படும் எழுத்தாளர் யார் என்று கண்டறிந்திடும் சுவராசியம் வாசிப்பில் தோன்றும். நகுலனுடனும் சு.ரா.வுடனும் நெருக்கமாகவும் ஆ. மாதவனிடம் ப்ரியத்துடனும் நீல. பத்மநாபனுடன் விலகியும் பழகியுள்ளேன். நீல.பத்மநாபன் தன்னுடைய எழுத்துகள் பற்றி மட்டும் சினிக்குப் போலப் பேசுவார். தேரோடும் வீதி, நாவல் சக எழுத்தாளர்கள் பற்றிய பிராதுகள் நிரம்பியது. ஏனைய மூவருக்கும் அடுத்தவர் மீது விமர்சனம் இருந்தது. சக எழுத்தாளர்கள் பற்றிக் கிசுகிசுத்தது ஏன் என்று அந்த வயதில் எனக்குப் புரியவில்லை. குறிப்பாக சு.ரா. தன்னைக் கேவலப்படுத்தியது குறித்து ஆதங்கத்துடன் நகுலனுக்குத் தீராத வெறுப்பு இருந்தது. "நகுலன் பித்துக்குளி மாதிரி இருப்பார், அவருடைய எழுத்தும் அப்படித்தான் இருக்கும். அவரைப் போய்ப் பார்க்கப் போறீங்களா" என்று என்னிடம் சொன்ன ஆ.மாதவனுக்கு உள் நோக்கம் எதுவுமில்லை. அன்றைய காலகட்டத்தில் நகுலனின் எழுத்துக்களை வாசித்துவிட்டுப் பலரும் ஒதுங்கியிருந்து, அவர் ஒரு மாதிரி என விலகியபோது

அவர் எனக்கு நெருக்கமான நண்பரானார். நகுலனைப் பற்றிக் கிசுகிசு பாணியில் அவதூறைப் பரப்பியது இன்னொரு சீனியர் எழுத்தாளர்தான். அவருடைய பெயர் எனக்குத் தெரியும், ஆனால் சொல்ல மாட்டேன் என்று நான் சொல்கிறபோது இன்னொரு கிசுகிசு உருவாகிறது.

எண்பதுகளில் கிராஜநாராயணன் அவர்களை முன்வைத்துக் கரிசல் என்ற இலக்கிய வகைமை தோன்றியவுடன் சில உன்னத பிராண்டு இலக்கியவாதிகளுக்குக் கடும் எரிச்சல். ஏற்கனவே கொங்கு வட்டாரம், தஞ்சை வட்டாரம் என இனவரைவியல் நோக்கில் நாவல்கள் வெளியாகிருப்பதை அறியாமல் வண்ணநிலவன் அது என்ன காலிஸ்தான் மாதிரி கரிசல்ஸ்தான் இலக்கியம் என எண்பதுகளில் கிசுகிசுத்தார். அது, இன்று கி.ரா. மறைவினுக்குப் பின்னர் சர்ச்சைக்குரியதாகி விட்டது.

தலித்திய பிரச்சினைகளை முன்வைத்துத் தலித்துகளால்தான் எழுதிட முடியும் என்ற பேச்சு எண்பதுகளில் உருவானபோது, அது எப்படி இலக்கியத்தைத் தலித் என்று பிரிப்பது என்று எரிச்சலுடன் கிசுகிசுத்த சீனியர் எழுத்தாளர்களை எனக்குத் தெரியும்.

காலச்சுவடு பத்திரிகை 1998 முதல் நடத்திய பெரும்பாலான இலக்கியக் கூட்டங்கள்/ கருத்தரங்குகளில் பங்கேற்றுப் பேசியிருக்கிறேன். நண்பர் கண்ணனின் வற்புறுத்தல் காரணமாகப் புத்தக மதிப்புரை, கட்டுரை எழுதத் தொடங்கியது தனிக்கதை. சு.ரா. பாம்பன் விளையில் நடத்திய சந்திப்பு கூட்டங்களின்போது யுவன் சந்திரசேகர், பெ.அய்யனார், கண்ணன் போன்றோருடன் விடியவிடிய நடந்த பேச்சுக்களில் கிசுகிசுக்கள் ததும்பின. காலச்சுவடு கும்பெனி ஆட்கள், காலச்சுவடு கம்பெனி ஆர்ட்டிஸ்ட் என்று நாஞ்சில் நாடன், பாவண்ணன் உள்ளிட்ட பலருக்கும் முத்திரை குத்தினோம். 2004 இல் மதுரையில் கடவு அமைப்புடன் சேர்ந்து காலச்சுவடு நடத்திய இரு நாட்கள் கருத்தரங்கில் பங்கேற்ற எழுத்தாளர்/ வாசகர் எல்லோரும் காலச்சுவடு கும்பெனியார் என ரமேஷ் பிரேதன் அறிவித்தவுடன் நண்பர்களுக்கு ஒரே குஷி. அன்றிரவுப் பேச்சில் அ. மார்க்ஸிடமிருந்து பொ.வேல்சாமியைப் பெருமாள் முருகன் வென்றெடுத்துக் காலச்சுவடு கும்பெனியில்

சேர்த்துவிட்டதாக நான் சொன்னவுடன் எல்லோருக்கும் உற்சாகம் பீறீட்டது. யாரைப் பற்றியும் கவலைப்படாமல் கிசுகிசுத்த பேச்சுகள், ஒருவகையில் சுவராசியமானவை.

பொதுவாக எழுத்தாளர்கள் மது வெள்ளத்தில் மிதப்பது குறித்து யாரும் கிசுகிசுப்பது இல்லை. சில மூத்த எழுத்தாளர்களுடன் நெருங்கிப் பழகிடும் சில இளம் பெண் படைப்பாளர்களை முன்வைத்துப் புனையப்படும் கதைகள்கூட ஒருவகையில் கிசுகிசுக்கள்தான். உலகின் உன்னத இலக்கியம் பற்றிக் கதைக்கிற இலக்கியவாதிகள் ஆணுக்கும் பெண்ணுக்கும் இடையில் பாலியல்ரீதியான உறவுதான் சாத்தியம் என்று நினைப்பது அபத்தமானது. இருவருக்கு இடையில் உருவான உறவு, தனிப்பட்டது என்ற புரிதல்கூட இல்லாமல் கிசுகிசுப்பவர்கள் பாலியல் வறட்சிக்குள்ளானவர்கள். சமகாலப் பெண் கவிஞர்களின் கவிதைகள் என்ற கட்டுரையைக் கடந்த பத்தாண்டுகளில் கவிதை எழுதிய 17 பெண் கவிஞர்களை முன்வைத்து எழுதினேன். உயிர்மை பத்திரிகையில் பிரசுரமான அந்தக் கட்டுரையை வாசித்த சில ஆண் கவிஞர்கள் என்னிடம் " அண்ணாச்சி ... ம்" என்று புன்னகையுடன் சொன்னார்கள். எல்லாம் ஏதோவொரு கணக்கு வழக்கு என்று போடுகிற ஆண் கவிஞர்களின் மனதில் பொதிந்திருப்பது பெண் கவிஞர்கள் மீதான அவதூறுதான்.

தளவாய் சுந்தரம், குமுதம் பத்திரிகையில் பணியாற்றியபோது, இலக்கியவாதிகள் பற்றிய கிசுகிசுக்களை வெளியிட்டார். அந்தக் கிசுகிசுக்கள் வாசிப்பில் அருவெறுப்பைத் தந்தன. வெகுஜன வாசகர்களுக்கு இலக்கியவாதிகள் பற்றிய கிசுகிசுக்களைத் தந்த செயல், எரிச்சலை அளித்தது. அதுவொரு வேண்டாத வேலை. அண்மைக் காலமாகச் சாகித்ய அகாதெமி விருது பெறுவதற்காக எழுத்தாளர்கள் படுகிற பாடுகள் கிசுகிசுக்களாக இலக்கிய உலகில் நிலவுகின்றன. கவிஞர் வைரமுத்து சாகித்ய அகாதெமி விருது வாங்குவதற்காகச் செய்திட்ட லாபிகள் பற்றிய கிசுகிசுக்கள் முக்கியமானவை. ஆர்.எஸ்.எஸ். காரரான குருமூர்த்தி மூலம் சாகித்ய அகாதெமி விருது பெற்றிட முடியுமா என்பது தெரியவில்லை. ஆனால் விருதாளர் ஒருவர் குருமூர்த்தி, அமைச்சர் அமித்ஷா மூலம் முயன்று வெற்றியடைந்துள்ளார் என்ற கிசுகிசு எங்கும் பரவியுள்ளது. அந்த எழுத்தாளர் பெயரைக்

குறிப்பிடாமல் எழுதுவதுகூட ஒருவகையில் கிசுகிசுதான். சாகித்ய அகாதெமி விருது வாங்குவதற்காக ஓர் எழுத்தாளர் நான்கைந்து வருடங்களாக டில்லியில் முகாமிட்டுச் செய்த செயல்களும் அரசியல்வாதிகளின் ஆதரவுடன் களத்தில் இறங்கிக் கைப்பற்றிய சாகித்ய அகாதெமி விருது பற்றிய கிசுகிசுக்கள் நம்புகிற மாதிரி இருக்கின்றன. தமிழ் எழுத்தாளர்களின் அற்ப மனநிலைக்கு எடுத்துக்காட்டாகச் சாகித்ய அகாதெமி பற்றிய கிசுகிசுக்கள் இருக்கின்றன.

பிரபலங்கள் அல்லது அரசின் உயர்மட்ட அதிகாரிகள் கவிதைகள் எழுதி, இலக்கிய உலகில் அறிமுகமானவுடன் உருவாகிற கிசுகிசுக்கள் முக்கியமானவை. அதிகாரி, ஒரு கவிதைத் தொகுதியை வெளியிட்டவுடன், அவரைத் தேடிப்போய்ப் பார்த்து, கவிதை பற்றிப் பிரமிப்பாகப் பேசி, அடுத்தத் தொகுப்பைச் செம்மையாக்கித் தருகிறேன் என்று சொல்கிற சீனியர் கவிஞருக்குக் காத்திரமான அரசியல் இருக்கிறது. அப்புறம் அடுத்த கவிதைத் தொகுப்புப் பிரசுரமானவுடன் நான்தான் பெரும்பாலான கவிதைகள் எழுதியது என்ற சீனியர் கவிஞரின் கிசுகிசு எங்கும் பரவும். அந்த வரிசையில் கோஸ்ட் ரைட்டர்ஸ் எண்ணிக்கை காலப்போக்கில் பெருகுவதாக கிசுகிசுக்கள் மூலம் அறிய முடியும். வசதியான பெண் கவிஞரின் ஒவ்வொரு கவிதைத் தொகுப்பும் ஒரு மாதிரி இருக்கிறது எப்படி என்று கேட்டபோது ஒவ்வொரு தொகுப்புக்கும் ஆள் மாறுதில்லே என்ற சி.மோகன் சொன்னதைக் கேட்டவுடன் எல்லோரும் சிரித்தோம். பெண் கவிஞர்களை நேரில் கண்டவுடன் உருகி வழிகிற சீரியஸ் கவிஞர் ஒருவர், இரவு உரையாடலில் “இந்தப் பொம்பளைக எழுதுறதில்லாம் கவிதையா?” என்று கேவலமாகச் சொல்வதைக் கேட்டிருக்கிறேன். பொதுவாகப் பெண் கவிஞர்களுக்குக் கிடைக்கிற புகழ் காரணமாக வெறுப்படைகிற சில ஆண் கவிஞர்கள் சொல்வதெல்லாம் அவதூறுகள்தான்.

கிசுகிசு என்றவுடன் ஏதோ கெட்ட பேச்சு என்ற புரிதலுக்கு அப்பால் இலக்கியப் படைப்புகள், படைப்பாளர்கள் குறித்த இன்னொரு பார்வைக் கோணம் என்று கருதிட வாய்ப்பு இருக்கிறது. இலக்கியப் பயிர் செழித்திட கிசுகிசுக்கள் நீருற்றுகின்றன என்று சொல்வதுகூட ஒருவகையில் கிசுகிசுதான். வேறு என்ன?

அந்தி மழை, 2021, ஜூன்

திராவிட இயக்க நாடகங்கள்

‘வாள்முனையைவிடப் பேனா முனை கூர்மையானது’ என்ற பிரெஞ்சு சிந்தனையாளரின் வால்டேரின் கூற்றினை மேடைகளில் முழங்கியும், எழுதியும் வந்த திராவிட இயக்கத்தினர் அடிப்படையில் செயல்பாட்டுவாதிகள். திராவிடக் கருத்தியல் பிரச்சாரத்திற்குத் தொடக்கம் முதலாகவே எழுத்தும் கலையும் பெரிய அளவில் பயன்பட்டன. 1967ஆம் ஆண்டில் திராவிட முன்னேற்றக் கழகம் தமிழ்நாடு மாநிலப் பேரவைத் தேர்தலில் வெற்றியடைந்தது ஆட்சியைக் கைப்பற்றியதும் ‘கூத்தாடிகள் ஆட்சியைப் பிடித்து விட்டார்கள்’ என்று மேனாள் முதலமைச்சர் பக்தவத்சலம் சொன்னது தற்செயலானது அல்ல. ஐம்பதுகள் காலகட்டத்தில் பெரும்பான்மை மக்கள் கல்வியறிவு பெற்றிடாத தமிழகத்தில் திராவிட இயக்கத்தினர், நிகழ்த்துக்கலையான நாடகங்கள்மூலம் திராவிட இயக்க அரசியலைப் பரப்பிட முயன்று வெற்றியடைந்தனர். அன்றைய காலகட்டத்தில் இதிகாச, புராணக் கதைகள் நாடகங்களாகத் தமிழகமெங்கும் நிகழ்த்தப்பட்ட சூழலில், அதற்கு மாற்றாகத் திராவிட இயக்கத்தினரின் நாடகங்கள், சமூகப் பிரச்சினைகளுக்கு முக்கியத்துவம் தந்து திராவிடக் கருத்தியலைப் பிரச்சாரம் செய்தன.

காங்கிரசு இயக்கத்தின் தவறுகளைக் கண்டித்து நீதிக்கட்சியில் சேர்ந்த ஈ.வெ.ரா பெரியார், பின்னர் திராவிட இயக்கத்தைத் தொடங்கினார். திராவிட இயக்கத்தினர் தங்களுடைய கொள்கைகளைப் பரப்பிட மேடைப் பேச்சுகள், பத்திரிகைகள் போன்றவற்றுடன் நாடகங்களையும் பயன்படுத்தினர்; மக்களிடம் பகுத்தறிவுக் கொள்கைகளைப் பரப்பவும் அரசியல் கருத்துகளை விதைக்கவும் நாடகங்கள்மூலம் முயன்றனர். சமூகச் சீர்திருத்தம், மூடநம்பிக்கை எதிர்ப்பு, பார்ப்பனிய எதிர்ப்பு, இதிகாச புராண எதிர்ப்பு, சாதி மறுப்பு, சடங்குகள் எதிர்ப்பு, ஜமீன்தாரி எதிர்ப்பு, இந்தி எதிர்ப்பு, தனித்திராவிட நாடு, பெண்கல்வி, பெண் முன்னேற்றம், கைம்மை மறுமணம், தமிழ் வளர்ச்சி, சீர்திருத்த

மணம், கலை வளர்ச்சி போன்றவை உள்ளடக்கங்களாகத் திராவிட இயக்கத்தார் நிகழ்த்திய நாடகங்களில் இடம்பெற்றன.

ஈரோடு நகரில் தமிழ் மாகாண நாடகக் கலை அபிவிருத்தி மாநாடு (1944) நடைபெற்றபோது அறிஞர் அண்ணா பேசிய பேச்சு, நாடகம் பற்றிய திராவிட இயக்கத்தினரின் கருத்தைப் புலப்படுத்துகிறது: "எலும்பு பெண்ணுருவான அருட்கதைகளைப் பற்றிப் பாடியும் ஆடியும் வந்தது போதும். நமது பெண்மக்கள் எலும்புருவானதுதவிரப் பயன் எதுவுமில்லை. இனிப் பெண்கள் எலும்புருவாகும் பரிதாப வாழ்வைச் சித்திரிக்கும் நாடகங்களை நடத்துங்கள். கண்ணைப் பெயர்த்தெடுத்து அப்பிய கண்ணப்பர் கதையை ஆடியது போதும். இனிக் கோயில்களில் கும்பாபிஷேகம் செய்பவன் ஊரில் கொள்ளையடிக்கும் விஷயத்தை விளக்கும் நாடகத்தை நடத்திக் காட்டுங்கள்; வாழ்க்கையைச் சித்திரித்துக் காட்டுங்கள். ஏழையின் கண்ணீர், விதவையின் துயரம், மதத் தரகர்களின் மமதை ஆகியவற்றை விளக்கும் அறிவு வளர்ச்சி நாடகங்களை நடத்துங்கள்."

திராவிட இயக்கத்தினரின் நிகழ்த்திய புராண வரலாற்று நாடகங்களில்கூட வைதிக சநாதனத்திற்கும் ஆரியத்திற்கும் எதிரான கருத்துகள் வலியுறுத்தப்பட்டன; தமிழ்ப் பண்பாட்டை நிறுவும் முயற்சிகள் மேற்கொள்ளப்பட்டன; உரையாடல்களிலும் தமிழ்மொழி நடை புதுப்புனைவுடன் வெளியானது. கலைஞர் எழுதிய 'மணிமகுடம்' நாடகத்தில் ஏழைமக்கள் வாழ்கிற வீடுகளை அழித்துவிட்டு, அங்கே பார்ப்பனரான மதகுரு கூறியபடி கோயில் கட்டுவது என்று மன்னன் முடிவு செய்கிறான். அந்தக் கொடிக்கால் நகரத்தைக் கோயில் எழுப்புவதற்குப் பயன்படுத்தக் கூடாது என்பது நாடகத்தின் மையக் கருத்து. இதனால் புரட்சி வெடிக்கிறது. நாடகத்தில் கலைஞரின் உரையாடலுக்குச் சான்று: "நாங்கள் வெளியேறுகிறோம்! அமைச்சருக்குச் சிரமம் வேண்டாம். ஆண்டவனே ! நீ இருந்தால் கேள், இந்த அக்கிரமக்காரர்களை ! அய்யோ ! ஆயிரம் வீடுகளை எரித்துவிட்டு, அங்கே நீ இருந்து சிரிக்கப் போகிறாயாமே ! அடுக்குமா, உனக்கு இந்த அநியாய சொல்? சிரி, நன்றாகச் சிரி! ஏழைகளின் கண்ணீரில் நீந்திக்கொண்டே சிரி! ஏழைகள் சமுதாயமே, நீ அழு ! ஆண்டவன் சிரிக்கப்போகிறான் — அந்தரத்திலே இருக்க இடமின்றித்

தொங்கும் அவனுக்கு அரசாங்கத்தார் ஆடம்பரமான ஆலயம் அமைக்கப் போகிறார்கள்! ஆகவே, எதிர்க்க முடியாத ஏழையே! ஏமாற்றப்பட்ட தோழனே! நீ அழு அழு ! இளி! அஞ்சு ! குனி ! பிதற்று ! புலம்பு ! ஒப்பாரி வை ! கண்ணீர் உனக்கு மட்டுந்தான் சொந்தம் — அதை யாரும் அபகரிக்க முடியாது ! ஆகவே, அழு, நண்பா அழு! உனக்கு விடுதலையே கிடையாது ! இந்தச் சீமான்கள் இருக்கும்வரை ! இந்தக் குருநாதர்கள் இருக்கும்வரை! உனக்கு விடுதலையே கிடையாது! விடுதலை கிடையாது!"

திராவிட இயக்கக் கருத்தியலின் முதல் நாடகமாகக் கருதப்படுவது 1934 ஆம் ஆண்டு சென்னை விக்டோரியா பப்ளிக் ஹாலில், பெரியார் தலைமையில் அரங்கேறிய பாரதிதாசனின் 'இரணியன் அல்லது இணையற்ற வீரன்' நாடகம்தான். தொன்மக் கதையை மறுவாசிப்புச் செய்து புதிய பிரதியாக எழுதப்பட்ட அந்த நாடகம் பின்னர் தமிழக அரசினால் தடைசெய்யப்பட்டது.

திராவிட இயக்கக் கவிஞரான பாரதிதாசன் அமைதி, படித்த பெண்கள், கற்கண்டு, பொறுமை கடலினும் பெரிது, இன்பக்கடல், குடும்ப விளக்கும் குண்டுக்கல்லும், விகட கோர்ட் போன்ற சமூக நாடகங்களையும் சேரதாண்டவம், பிசிராந்தையார், தலைமலை கண்ட தேவர், கழைக்கூத்தியின் காதல், சௌமியன், நல்ல தீர்ப்பு, சத்திமுத்தப் புலவர், அம்மைச்சி போன்ற வரலாற்று நாடகங்களையும் படைத்திருக்கிறார். அமைதி நாடகம் பண்ணையாரின் கொடுமையை எதிர்த்து எழுதப்பட்டது. கற்கண்டு நாடகத்தில் இளம்பெண்ணை முதியவன் மணந்திடும் கொடுமை எதிர்க்கப்படுகிறது. இன்பக்கடல் நாடகம் காசுக்காக ஒருத்தியையும் காதலுக்காக ஒருத்தியையும் மணந்துகொள்ள விரும்பும் ஒருவனின் முயற்சியைத் தடுத்தது. பொறுமை கடலினும் பெரிது என்னும் நாடகம் அனைவருக்கும் உபதேசம் கூறித் தன் காரியத்தில் கண்ணாக இருக்கும் பணக்காரரை மற்றவர்கள் பழிவாங்கும் நிகழ்வைச் சொல்வது. விகடகோர்ட் என்ற நாடகம் கடவுள், சமய நம்பிக்கை போன்றவற்றைப் பகடி செய்தது. பாரதிதாசனின் நாடகங்களில் திராவிட இயக்கக் கொள்கைகள் வெளிப்பட்டன; தமிழரின் தனித்துவத்துக்கு முன்னுரிமை தரப்பட்டது.

காங்கிரஸ் கட்சியினரின் ஆட்சியின் மீதான விமர்சனத்துடன் அன்றைய தமிழ்ச் சமூகத்தில் ஆதிக்கம் செலுத்திய சமூகக் கொடுமைகளுக்கு எதிராகச் சமூக சீர்திருத்தக் கருத்துகள் நாடகங்கள்மூலம் முன்வைக்கப்பட்டன. குறிப்பாக வைதிக சநாதனம் ஏற்படுத்திருந்த சாதிய ஏற்றத்தாழ்வு, தீண்டாமை, பால் சமத்துவமின்மை, புராணக் கட்டுக்கதைகள், சம்ஸ்கிருத ஆதிக்கம் போன்றவற்றுக்கு எதிரான விமர்சனங்களை நாடகங்கள் சித்தரித்தன. அதேவேளையில் தமிழ் மொழி, தமிழர் பற்றிய பேச்சுகளும் உரத்த குரலில் முன்மொழியப்பட்டன. திராவிட முன்னேற்றக் கழகத்தைத் தோற்றுவித்த சி.என்.அண்ணாதுரை எழுத்தாக்கத்தில் உருவான ‘சிவாஜி கண்ட இந்து சாம்ராஜ்யம் அல்லது சந்திரமோகன்’ நாடகம் தமிழகத்தில் ஏற்கனவே நிகழ்த்தப்பட்ட நாடகங்களில் இருந்து முற்றிலும் மாறுபட்டு விளங்கியது.

திராவிட இயக்கத்தின் கொள்கைப் பிரச்சாரமாக அறிஞர் அண்ணாவின் நாடகங்கள் விளங்கின. மாவீரன் சிவாஜி மராட்டியை உருவாக்கி முடிசூட முய்னறபோது ஆரியர்கள் உண்டாக்கிய குழப்பங்களைச் சந்திரமோகன் நாடகம் விவரிக்கிறது. ஆரியச் சதிகளால் வீரம் மிக்க சமுதாயம் விழுந்து விட்டதை அண்ணா நாடமாக்கித் தமிழர்களை எச்சரிக்கிறார். சிவாஜியின் துணைவனான சந்திரமோகன் ஆரியரின் கபடம், சூழ்ச்சி குறித்து சிவாஜிக்கு எச்சரிக்கிறான். காகபட்டரின் சூழ்ச்சியால் மராட்டியம் ஆரியருக்கு அடிமையாகிறது. சந்திரமோகன் நாடு கடத்தப்படுகிறான். சிவாஜி உண்மையை உணர்ந்து நண்பனுடன் இணைகிறான். பகுத்தறிவை வலியுறுத்தும் வகையில் சிவாஜியின் இறுதிக் கூற்று அமைகிறது. சந்திரமோகனிடம் அவன், “வீரனே! அஞ்சா நெஞ்சு படைத்த நீ, மக்களிடம் பரவியிருக்கும் மயக்கத்தைப் போக்கு. வாளால் அரசுகளை அமைத்து விடலாம்! ஆனால் அது நிலைக்க அறிவு தேவை! அந்த ஆயுதத்தை வீசு! நாடு முழுவதும் வீசு! பட்டி தொட்டிகளில் எல்லாம் வீசு! மக்களை வீரர்களாக்கு! சந்திரமோகனா, சகலரையும் சந்திரமோகன்களாக்கு! ஜெயம் பெறுவாய்!” என்று கூறுகிறான். இந்த நாடகம் திராவிட இயக்க மாநாடுகளிலும், பிற இடங்களிலும் பல தடவைகள் நடிக்கப்பட்டது. அறிஞர் அண்ணா, காகபட்டராக நடித்தார்.

அறிஞர் அண்ணா சந்திரோதயம், வேலைக்காரி, ஓர் இரவு, காதல் ஜோதி, எதையும் தாங்கும் இதயம், பாவையின் பயணம், அவன் பித்தனா ?, இரக்கம் எங்கே?, புதிய மடாதிபதி, சொர்க்க வாசல், நல்லதம்பி, கண்ணீர்த்துளி, கண்ணாயிரத்தின் உலகம் முதலான சமூக நாடகங்களை எழுதியிருக்கிறார். சந்திரோதயம் நாடகம், ஜமீன்தார்களின் கொடூர நடத்தைகளையும் மடங்களில் நடக்கும் கயமையையும் பிறரை ஏய்த்துப் பிழைக்கும் பார்ப்பனர்களின் சூழ்ச்சிகளையும் காட்டுகிறது. வேலைக்காரி நாடகத்தில் சாதிப் பற்று, பணத்திமிர், பொருளாதார ஏற்றத்தாழ்வு, கடவுள் நம்பிக்கை, பெண்களின் அவல நிலை இடம் பெற்றுள்ளன. 'கத்தியைத் தீட்டாதே! புத்தியைத் தீட்டு', 'சட்டம் ஓர் இருட்டறை, அதிலே வக்கீலின் வாதம் ஓர் விளக்கு' போன்ற அண்ணாவின் நாடக வசனங்கள் குறிப்பிடத்தக்கன. திராவிட இயக்க மாநாடுகளில் இரவுவேளையில் இருபதாயிரத்திற்கும் மேற்பட்ட தொண்டர்கள் அண்ணாவின் நாடகங்களைக் கண்டு ரசித்தனர்.

திராவிடர் இயக்க நாடகங்கள், கோவில் திருவிழாக்களில் புராண நாடகங்களைப் பயபக்தியுடன் பார்த்துக்கொண்டிருந்த தமிழர்களிடம் அன்றாடப் பிரச்சினைகளைப் பேசி விழிப்புணர்வை ஏற்படுத்தின. இதனால், வைதிக சநாதன ஆதிக்க எதிர்ப்பும் பகுத்தறிவு அடிப்படையிலான கருத்தியல் போராட்டங்களும் நாடகம்மூலம் நிகழ்த்துக் கலையாகிட முடியும் என்ற நிலை உருவானது. என் எஸ் கிருஷ்ணன் மெல்லிய நகைச்சுவை மூலம் சமூக விமர்சனக் கருத்துக்களை நாடகமாக்கிட முயன்றதற்கு எடுத்துக்காட்டு அவருடைய 'நல்ல தம்பி' நாடகம். அவர், பகுத்தறிவுப் பிரச்சாரத்தையும் காந்தியத்தையும் ஒத்திசைந்து செல்கிற போக்கை நாடகம் நிகழ்த்துவதில் பின்பற்றினார். வைதிக சநாதன வருணாசிரம நெறிக்கு மற்றாக நாட்டுப்புற மக்களின் வாழ்க்கையையும் பண்பாட்டையும் உயர்த்திப் பிடித்தார் என் எஸ் கிருஷ்ணன் என்பதற்கு அடையாளம் 'கிந்தனார் ' சமூக அங்கத நாடகம்.

திருச்சி நாடாளுமன்ற தேர்தல் பொதுக்கூட்டத்தில் 1.6.2009 அன்று கலைஞரின் பேச்சு: "நான் நாடகம் ஆடியவன்தான். இளமைப் பருவத்தில் 'உதயசூரியன்' நாடகம், 'காகிதப் பூ' நாடகம் என்றெல்லாம் நாடகமாடி, அண்ணாவும் நானும் சேர்ந்தே நாடகம்

ஆடித்தான் இந்தக் கட்சியை வளர்த்தோம். நாங்கள் மேடை போட்டு நாடகம் ஆடினோம். அவர்கள் நாட்டு மக்களிடத்திலே நாடகமாடிக் கொண்டிருக்கிறார்கள். அதுதான் வித்தியாசம். அவர்களுடைய நாடகம், அவர்களுடைய வருமானத்திற்காக, அவர்களுடைய வாழ்விற்காக, நாங்கள் பதவிகளை இழந்து, பவிசுகளை இழந்து, பணம் இழந்து, எங்களுடைய பலத்திலே ஒரு பகுதியை இழந்து, உடல் இளைத்து ஊர் சுற்றி நாடகங்கள் ஆடி இந்தக் கட்சியை வளர்த்தோம்."

1944—ஆம் ஆண்டு 'திராவிட நடிகர் கழகம்' என்ற பெயரில் தோற்றுவிக்கப்பட்ட நாடகக் குழுவினரின் முதல் நாடகமாக கலைஞரின் 'பழனியப்பன்' நாடகம் நடத்தப்பட்டது. கலைஞர், தான் எழுதும் நாடகத்தில் மட்டும் நடிப்பது என்ற நிபந்தனையுடன் நடித்தார். நாடகமும் அரசியலும் இரு கண்கள் என்று தன்னுடைய இளம் வயதில் ஆர்வத்துடன் செயல்பட்ட கலைஞரின் பொருளியல் நிலை வளமற்று இருந்தது. அவருடைய இரண்டாவது திருமணம் 1948ஆம் ஆண்டு செப்டம்பர் திங்கள் 15ஆம் நாள் நடைபெற்றது. திருமணச் செலவினங்களை ஈடுகட்டும்வகையில் திருச்சி நகரில் அண்ணா தலைமையில் 'தூக்குமேடை' நாடகம் நிகழ்த்தப்பட்டது. நாடகத்திற்கு வசூலான எண்ணூறு ரூபாய்கள் திருமணச் செலவிற்குப் பயன்படுத்தப்பட்டன.

அறுபதுகளில் எளிய மக்களின் அன்றாட வாழ்க்கை, புயலினால் பெரும் பாதிப்பிற்குள்ளானபோது, திராவிட முன்னேற்றக்கழகம், கலைஞர் தலைமையில் குழு அமைத்தது. புயலின் சீற்றத்தினால் நலிவடைந்த மக்களுக்குக் கைத்தறி வேட்டி, சேலை, துண்டு வழங்கிடுவதற்காக ரூ.25,000 நிதி திரட்டப்பட்டத்தில், நாடகங்கள் பெருமளவில் உதவின. நிதி திரட்டுவதற்காகக் கலைஞரின் தூக்குமேடை நாடகம் நிகழ்த்தப்பட்டது. கலைஞர் பாண்டியனாகவும் சிவாஜி அபிநயசுந்தரராகவும் வேடமேற்றுச் சிறப்பாக நடித்தனர். தி.மு.க. கட்சி மாநாடுகளின் இறுதியில் கட்சித் தோழர்கள் கண்டு களிப்பதற்காக நடத்தப்பட்ட கலைஞரின் நாடகங்கள், கருத்தியல் பிரச்சாரத்துடன் நிதி திரட்டவும் உதவின. நிதி திரட்டும் பணியில் களைஞர் எழுதிய 'உதயசூரியன்' நாடகம் சிறந்த கருவியாகப் பயன்பட்டது. கழகத் தோழர்களின் பேரில் தொடுக்கப்பட்ட வழக்குகளின் செலவினங்களைச் சமாளிக்கக்

கலைஞர் 'உதயசூரியன்' நாடகத்தை நடத்தி அதன்மூலம் நிதி திரட்டி தோழர்களுக்கு வழங்கினார்.

கலைஞர் எழுதிய 'காகிதப்பூ' நாடகம் தேர்தல் நிதி திரட்டுவதற்காக 1966—ஆம் ஆண்டில் தமிழகமெங்கும் பல இடங்களில் நடத்தப்பட்டது. கட்சித் தோழர்களுடன் பொது மக்களும் காகிதப்பூ நாடகத்தைப் பார்த்து மகிழ்ந்தனர். காகிதப்பூ நாடகம் நிகழ்த்துவதன் மூலம் கிடைத்த பணமானது, தி.மு.க.வின் தேர்தல் நிதியாகப் பயன்பட்டது. காகிதப்பூ நாடகம் மூலம் ஒரே நாளில் திருச்சியில் ரூ.13 ஆயிரம், கடலூரில் ரூ.6 ஆயிரம், கள்ளக்குறிச்சியில் ரூ.10 ஆயிரம், மன்னையில் ரூ.12 ஆயிரம், தஞ்சையில் ரூ.10 ஆயிரம் ரூபாய் வசூலானது. திண்டிவனத்தில் நடைபெற்ற காகிதப்பூ நாடகம் மூலம் ஒரே நாளில் ரூ.13,250 வசூலானது. நாடகத்தின் மூலம் வசூலான தொகையானது, அன்றைய காலகட்டத்தில் மிகப்பெரியது. கலைஞர் 1969—ஆம் ஆண்டு தமிழ்நாட்டில் முதல்வராகப் பொறுப்பேற்று ஆட்சி செய்தபோது சோ எழுதிய 'முகமது பின் துக்ளக்' நாடகம், திராவிட இயக்க அரசியலின் மேம்போக்கான அம்சங்களையும் பகட்டுத்தனங்களையும் கேலி செய்தது. சோவின் நாடகத்திற்கு எதிராகக் கலைஞர் 'நானே அறிவாளி' என்ற பெயரில் அங்கதமாக நாடகமெழுதி, நிகழ்த்திட ஏற்பாடு செய்தார். தமிழகத்தின் முதல்வராக எம்.ஜி. ராமச்சந்திரன் செயல்பட்டபோது எதிர்க்கட்சி தலைவராகச் செயல்பட்ட கலைஞர், அ.இ.அதிமு.க. ஆட்சியின் சமூக விரோதச் செயல்களையும் சீரழிவுகளையும் அம்பலப்படுத்தும் அரசியல் நோக்கில் 'புனித ராஜ்யம்;' என்ற நாடகத்தை 1979—ஆம் ஆண்டில் எழுதி நிகழ்த்தினார்.

தி.மு.க. தமிழக் ஆட்சியைக் கைப்பற்றிட கலைஞரின் நாடகங்கள் முக்கியக் காரணியாக விளங்கியுள்ளன. கலைஞர் எழுதிய' காகிதப்பூ' நாடகத்தைப் பற்றி 07.02.67 நாளிட்ட டைம்ஸ் ஆங்கில பத்திரிகையில் 'விழாக் கோலத்தில் சென்னை' என்ற கட்டுரையில் பிர்சுரமானபகுதியின் தமிழாக்கம் பின்வருமாறு:

"தமிழக ஆட்சியின் எதிர்ப்புச் சக்திகளில் முன்னணியில் நிற்பது திராவிட முன்னேற்றக் கழகம். அது தேர்தல் பிரசாரம் செய்யும் முறையே வேறானது. மிகப்பெரிய திடல் ஒன்றின்

மூலையில் திரளான மக்கள் அமர்ந்து திறந் வெளி அரங்கில் நடைபெறும் ஒரு நாடகத்தைப் பார்க்கிறார்கள். அதனைப் பார்த்துவிட்டு உள்ளம் உருகுகிறார்கள். மனம் திறந்து வாய்விட்டுச் சிரிக்கிறார்கள்... இந்த நாடகம் 'காகிதப்பூ.' திராவிட முன்னேற்றக் கழகத் தலைவர் ஒருவரால் எழுதப்பட்டுத் தமிழகம் முழுவதும் நடிக்கப்படுவதாகும். கதராடை உடுத்தி, உழைப்பின் சிறப்புப் பற்றிய போலிப் பேச்சுக்களால் மக்களை மயக்கி வாக்குகள் பெற முயலும் காங்கிரஸ்காரர்களாக இந்த நாடகத்தின் வில்லன், நகைச்சுவைப் பாத்திரங்கள் காட்டப்படுகின்றன." கலைஞரின் அரசியல் நாடகத்தினுக்கு அன்று மக்களிடையே இருந்த செல்வாக்கினை பத்திரிகை விமர்சனம் சரியாகக் கணித்துள்ளது.

தமிழ்நாட்டில் ஆட்சிக்கு வருவதற்கு முன்னரும் ஆட்சியைக் கைப்பற்றிய பின்னரும் ஆட்சியைவிட்டு விலகியபோதும் தன்னுடைய அரசியல் கருத்தியலை வெளிப்படுத்துவதற்காக நாடகத்தைத் தொடர்ந்து கலைஞர் பயன்படுத்தியுள்ளார். நாடகம் என்னும் ஊடகத்தைக் கருத்தியல் பிரச்சாரத்திற்குப் பயன்படுத்திய திராவிட நாடக ஆசிரியர்களில், கலைஞர் தனித்துவமானவர்.

பெரியாரின் பகுத்தறிவுக் கருத்துகளுக்கு நாடக வடிவம் கொடுத்து தமிழ்நாடு முழுவதும் சுயமரியாதைப் பிரச்சாரம் செய்தவர் எம் ஆர் ராதா. அவர், நாடகத்தில் ஏற்படுத்திய கலகப் பண்பாடு, திராவிட இயக்க நாடக வரலாற்றில் ஒப்பீடு அற்றது. எம். ஆர். ராதாவின் ராமாயண நாடகம் பெரியார் தலைமையில் 1954 ஆம் ஆண்டு சென்னை ஒற்றைவாடை தியேட்டரில் அரங்கேறியது. வால்மீகி ராமாயணம் உள்ளிட்ட பல்வேறு ராமாயணங்களிலிருந்தும் தனது நாடகத்துக்கான ஆதாரங்களை மேற்கோள்களாக எழுதி அரங்கின் வாயிலில் வைத்து, சநாதனவாதிகளின் வாயை அடைத்தார், எம்.ஆர். ராதா. பார்ப்பனர்களால் ராதாவின் நாடகத்தைக் கீமாயணம் என்று சொல்ல முடிந்ததேயன்றி அவரை மறுக்க முடியவில்லை .ஆறு வாரங்கள் சென்னையில் ராமாயணம் நாடகம் நடத்தியபிறகு திருச்சி நகருக்குச் சென்றார் ராதா. "என் ராமாயண நாடகம் இந்துக்களின் மனதை புண்படுத்துகிறது என்று கருதுகிறவர்கள் கண்டிப்பாய் என் நாடகத்திற்கு வர வேண்டாம். அவர்கள்

காசும் எனக்கு வேண்டாம். மீறி வந்து பார்த்தால், அவர்கள் மனம் புண்பட்டால் அதற்கு நான் ஜவாப்தாரியல்ல என்பதைக் கண்டிப்பாய் அறியவும்" என்று விளம்பரத்தட்டியை வெளியே வைத்துவிட்டு 18.12.54 அன்று திருச்சி ரத்தினவேல் தேவர் மன்றத்தில் தடையை மீறி நாடகம் நடத்த முனைந்தபோது எம். ஆர். ராதா வீட்டிலேயே கைது செய்யப்பட்டார்.

எம்.ஆர். ராதா நடித்த கருணாநிதி எழுதிய 'தூக்குமேடை' நாடகம், பார்ப்பனர்களின் சூழ்ச்சி, மிராசுதாரர்களின் காமக் களியாட்டங்கள், நேர்மையானவர்களின் காதலைத் தோற்கடிக்கும் பொய்ச் சாட்சிகள் போன்றவவற்றை அம்பலப்படுத்தியது. தூக்குமேடை நாடகம் தஞ்சையில் நிகழ்ந்தபோது பண்ணையாருடைய பெயரை வேண்டுமென்றே 'தென்பாதி மங்கலம் தியாகராஜ முதலியார்' என வைத்தார் எம்.ஆர். ராதா. கீழத்தஞ்சையில் வடபாதி மங்கலம் தியாகராஜ முதலியார் ஆதிக்கம் செலுத்திய காலகட்டத்தில் எம்.ஆர். ராதாவிடம் வெளிப்பட்ட துணிச்சல், அசாத்தியமானது.

முரண்பாடான செயல்பாடுகளும் அடாவடியான நடத்தையும் மிக்கவனைக் கதாநாயகனாக்கிய ரத்தக் கண்ணீர் நாடகம், எம்.ஆர்.ராதாவின் நாடகங்களில் பிரபலமானது. ரத்தக்கண்ணீர், கதாநாயகனை நன்மைகளின் ஒட்டுமொத்தமாகவும் பலவீனங்கள் அற்றவனாகவும் வில்லனைத் தீமைகளின் திரண்ட வடிவமாகவும் சித்தரிக்கிற நாடக மரபை தகர்த்தது. கதாநாயகனே வில்லனாகிறான்; வில்லனே நல்லதைச் சொல்கிறான்; நல்லவர்களிடம் பொதிந்திருக்கும் பழமையைப் பகடி செய்கிறான். நாடகத்திற்கான வசனத்தை எழுதியவர் திருவாரூர்கே. தங்கராசு.

எம்.ஆர். ராதா கும்பகோணம் நகரில் நாடகம் நடத்தியபோது ராமன் வேடத்திலேயே கைதானார். காவல்துறையினர், 'ராமன் வேடத்தைக் கலையுங்கள்' எனக் கூறியபோது அவர், 'வேடம் கலையாது, வில் கீழே விழாது, கலசம் கீழே வராது' எனக் கூறி, ஒரு கையில் கள்ளுக் கலயமும், மறுகையில் சிகரெட்டுமாகக் காவல் நிலையம் நோக்கி நடந்தார். வீதியையும் நிகழ்த்துக் கலை மேடையாக்கும் வித்தை அவருக்குத் தெரிந்திருந்தது.

தமிழ்நாட்டில் நாடகங்கள் நிகழ்த்தியதற்காக அடக்குமுறைகளை எதிர்கொண்டபோதும் திராவிட இயக்கத்தினர் துணிச்சலுடன் செயல்பட்டனர். சுதந்திர இந்தியாவில் அரசியல் நாடகங்கள் தடை செய்யப்பட்டதும் அடக்குமுறை ஏவிவிடப்பட்டதும் திராவிடர் இயக்க நாடகங்களுக்குப் பெரிய அளவில் நடந்தன.

திராவிட இயக்கத்தில் இணைந்து செயலாற்றியவர்கள் எழுதி, நிகழ்த்தப்பட்ட நாடகங்களின் எண்ணிக்கை அளவற்றவை. அந்த நாடகங்கள் பார்வையாளர்களின் மனதில் மாற்றத்தை ஏற்படுத்தின. குறிப்பிடத்தக்க நாடக ஆசிரியர்களும் நாடகங்களும் பின்வருமாறு: ப. கண்ணன் — மின்னொளி நந்திவர்மன், பகைமை வென்றான், பாண்டிய மகுடம்; ஏ.கே.வேலன் —கைதி, எரிமலை, சூறாவளி; சாம்பாஜி, கங்கைக்கு அப்பால், காவேரிக் கரையினிலே; சி.பி.சிற்றரசு — தங்க விலங்கு, போர்வாள், இரத்த தடாகம்; தில்லை வில்லாளன் — ஆரியரின் வஞ்சம், தமிழர்களின் எழுச்சி; பேசும் ஓவியம், திரை ; எஸ்.எஸ்.தென்னரசு — சந்த மழை; கே.ஜி. இராதாமணாளன் — அரக்கு மாளிகை; ஏ.வி.பி, ஆசைத்தம்பி — வாழ்க்கை வாழ்வதற்கே ; கே.ஏ. மதியழகன் — பவள நாட்டு எல்லை; முரசொலி மாறன்— நாளை நமதே, ஊஞ்சல் மனம், அபாய விளக்கு; இரா. செழியன் — காணிக்கை, போராட்டம், சமீன் மளிகை; முரசொலி சொர்ணம் — விடைகொடு தாயே, முரசொலி அடியார் — அண்ணா ஒரு காவியம், தென்திசை தீபம்; கண்ணதாசன் — சிவகெங்கைச் சீமை, ராஜ தண்டனை. இந்தப் பட்டியல் இன்னும் நீளும்.

ஐரோப்பிய யதார்த்த வகையிலான நாடகங்களின் வடிவத்தோடும் கூர்மையான உரையாடல்களும் விறுவிறுப்பான காட்சி அமைப்புகளும்கொண்ட திராவிட இயக்க நாடக மரபு, தி.மு.க. தமிழக ஆட்சியைக் கைப்பற்றியதும் மெல்ல நசிவடைந்தது. வருணாசிரமத்தையும் பார்ப்பனியத்தையும் கேள்விக்குள்ளாக்குவது என்பது ஒருவகையில் ஆயிரமாண்டுகளாக நிலவி வரும் ஆதிக்கக் கருத்தியலை விமர்சிப்பதுதான். திராவிட இயக்கத்தினரின் நாடகங்கள் வைதிக சநாதனம், கோவில்கள், கோவில்கள் சார்ந்த பார்ப்பனியத்தின்மீது அழுத்தமான கேள்விகளை முன்வைத்தன. அவற்றை ஏற்க மறுத்த தமிழ்ச் சிறுபத்திரிகை மரபு முன்வைத்த நவீன நாடகம்

என்ற கோட்பாட்டில் நவீனப் பார்ப்பனியம் பொதிந்துள்ளது. வெகுஜனரீதியில் காத்திரமான உரையாடல்கள்மூலம் பிரபலமாக விளங்கிய திராவிட இயக்க நாடக மரபு அறுபட்டுப் போவதற்கு ஆதிக்கக் கருத்தியலாளர்களும், சார்பு நிறுவனங்களும் திட்டமிட்டுச் செயலாற்றியுள்ளனர். புதுமை, வடிவத் தேடல், சோதனை, பரிசோதனை என்ற பெயரில் ஃபோர்டு பவுண்டேஷன், ஐரோப்பிய நாட்டுத் தூதரகங்கள், சங்கீத நாடக அகாதெமி போன்றவற்றின் நிதியுதவி பெற்றுச் செயல்பட்ட கூத்துப்பட்டறை போன்ற அமைப்புகள் நாடகம் என்ற பலம் வாய்ந்த கலை ஊடகத்தின் சமூகச் செயல்பாடுகளைச் சிதலமாக்கிவிட்டன. அதேவேளையில் திராவிட இயக்கத்தினர் ஆட்சி அதிகாரத்திற்குள் நுழைந்தவுடன் தங்களுடைய படைப்பு, நாடக முயற்சிகளைக் கைவிட்டனர் என்பதும் உண்மைதான்.

அந்தி மழை, 2021 அக்டோபர்

சாகசக்காரன் பாண்டியனும் பிற கதைமாந்தர்களும்

யதார்த்த வாழ்க்கையில் யாரோ ஒருவர் நடந்து முடிந்த சம்பவத்தைச் சொல்கிறபோது, கதையுடன் கதைமாந்தர்களும் உருவாகின்றனர். கதைமாந்தர்களுடன் நினைவுகளின் வழியாக வாசகனுடைய உரையாடல் தொடங்குகிறது. கதையின் மீதான பேச்சுக்கள் கதைமாந்தரை முன்வைத்து விரிகின்றன. கதையைக் கேட்பவரின் நினைவுகளில் கதைமாந்தர் உயிரோட்டத்துடன் வாழ்கிறார். எந்தவொரு கதைக்கும் மையப்பொருள் முக்கியம் என்றாலும் கதையைத் தொடங்கி, நடத்திச் செல்லவும் முடித்திடவும் கதைசொல்லிக்கு மனிதர்கள் தேவைப்படுகின்றனர். நாவலை வாசிக்கும்போது கதையாடலில் முதன்மையாக இடம்பெறுகிற கதாபாத்திரங்களும், வாசிப்பிற்குப் பின்னர் மனதில் தங்கியிருக்கிற பாத்திரங்களின் பெயர்களும் கவனத்திற்குரியன. ஒவ்வொரு கதைக்குப் பின்னரும் எளிய அல்லது மாபெரும் மனிதர்கள் இருக்கின்றனர். தொன்மக் கதையாடலில் பிரதிகளின் வழியாகக் கதைமாந்தர்கள் காலந்தோறும் தொடர்ந்து பயணிக்கின்றனர். வரலாற்று நாவல்களில் இடம்பெறும் அதியற்புத நாயகர்கள் பிரதியிலிருந்து வெளியேறி நடப்பு அரசியலில் கலக்கின்றனர். கதாசிரியரின் வாழ்க்கை அனுபவம் அல்லது புனைவு சார்ந்து படைப்பில் உருவாக்கப்படும் கதைமாந்தர்கள், கதையின் வழியாக முடிவற்ற கேள்விகளை எழுப்புகின்றனர். வயது, தோற்றம், நடையுடை பாவனை, பார்வை எனப் புறத்திலும் பண்பு, பேச்சு, சிந்தனை என அகத்திலும் நாவலாசிரியரால் சித்திரிக்கப்படும் மொழி, வாசிப்பில் கதைமாந்தர் பிம்பத்தைப் புனைகிறது. தமிழில் கதையாடலுக்கு அழுத்தம் தந்திட பெரிதும் கதைமாந்தர்களுக்கு முன்னுரிமை தரப்படுகிறது. நா.பார்த்தசாரதி படைத்த குறிக்கோளுடன் செயல்படுகிற அரவிந்தன், பூரணி கதாபாத்திரங்கள், குறிஞ்சி மலர் நாவலில் இருந்து வெளியேறி, அறுபதுகளில் தமிழர்களின் மனதில் வாழ்ந்துகொண்டிருந்தது

தற்செயலானது அல்ல. வரலாற்றில் தனிநபர் பாத்திரம் ஆளுமையான நிலையில், நவீன இலக்கியப் படைப்புகளில் கதைமாந்தர்கள், எதிர்மறைப் பண்புகள் மூலமாகவும் இருப்பை உறுதி செய்கின்றனர்.

சகமனிதர்களுடன் சகித்து வாழ்வதுதான் காலந்தோறும் பெரிய சவால். ஒவ்வொரு குழந்தையும் சமூகம் குறித்த புரிதலுடன், சமூக விதிகளுடன் ஒத்திசைந்து வாழுமாறு தகவமைக்கப்படுகின்றன. விதிவிலக்காகத் திட்டமிட்டுச் செயல்படுகிற ஆண்களின் உலகம் எப்பொழுதும் பொதுபுத்தியில் இருந்து விலகி இருக்கிறது. ஒட்டுமொத்தச் சமூக மரபுகளை மீறி, தன்னிச்சையுடன் சுயமாக வாழ்ந்திட முயலுகிறவர்கள், பிறரை ஒதுக்குவதுடன் தன்னையும் ஒதுக்கிக்கொள்கின்றனர். குறிப்பாகக் குடும்பம், காதல் தொடங்கி எல்லாவற்றிலிருந்தும் அந்நியப்பட்டு, இருப்புடன் தொடர்ந்து முரண்படுகின்றனர். சாகசம், கலகம் மூலம் மதிப்பீடுகளைக் கேள்விக்குள்ளாகிற கதைமாந்தர்களைப் படைப்பதில் நாவலாசிரியர்கள் காலந்தோறும் ஆர்வத்துடன் உள்ளனர். தமிழைப் பொறுத்தவரையில் நாவல் என்றால் ஒற்றைத்தன்மையுடன் கதை சொல்லும் போக்கு நிலவிய சூழலில், ப.சிங்காரத்தின் 'புயலிலே ஒரு தோணி(1972)' நாவல், தனித்து விளங்குகிறது. குடும்பம், மரபு, பண்பாடு போன்றவற்றை முன்வைத்துப் பல்லாண்டுகளாகத் தமிழ் நாவல்களில் புனையப்பட்ட கதைமாந்தர்களில் இருந்து பசிங்காரம் சித்திரிக்கிற பாண்டியன், முற்றிலும் மாறுபட்டவன்.

தமிழில் மொழிபெயர்க்கப்பட்ட ரஷிய நாவலாசிரியரான மி.யூ.லேர்மன்தவ்வின் *நம் காலத்து நாயகன்*(1840), அமெரிக்க நாவலாசிரியரான எர்னெஸ்ட் ஹெமிங்வேயின் *போரே, நீ போ*(1929), அமெரிக்க நாவலாசிரியரான சார்லஸ் புக்கோவ்ஸ்கியின் *அஞ்சல் நிலையம்*(1971) ஜப்பானிய நாவலாசிரியர் ஹாருகி முரகாமியின் *நோர்வீஜியன் வுட்* (1987) ஆகிய நான்கு நாவல்களின் முதன்மைப் பாத்திரங்களுடன் பாண்டியன் பாத்திரத்தை ஒப்பிட முடியும். நடப்பு வாழ்க்கையுடன் இயைந்தும் முரண்பட்டும் வாழ்கிற இளைஞர்களைப் ப.சிங்காரம் உள்ளிட்ட அயல்நாட்டு நாவலாசிரியர்கள் சித்திரித்துள்ளனர். ஒருவிதமான சுய பகடி, முரட்டுத் துணிச்சல், தொட்டாச்சிணுங்கி மனநிலையுடன்

இளம்வயதிலே அளவுக்கதிகமாக முதிர்ந்த மனநிலையுடன் எல்லாவற்றிலும் இருந்து விலகியவர்களின் மனம், இந்த வாழ்கையின் முடிவு எங்கே எனத் தவிக்கிறது. உடல் சார்ந்த கொண்டாட்டமான மது அருந்துதல், விரும்பிய பெண்களுடன் விருப்பத்துடன் உடலுறவு கொள்ளுதல் என இருப்பில் இருந்து அந்நியமாகிற இளைஞர்களைக் கதைமாந்தர்களாக நாவல்கள் சித்திரித்துள்ளன.

கி.பி. 18 ஆம் நூற்றாண்டு முதலாக ஆங்கிலேயரின் காலனியாதிக்க ஆட்சியின்போது, தமிழகத்திலிருந்து தென்கிழக்காசிய நாடுகளுக்குப் புலம்பெயர்ந்த தமிழர்கள் எதிர்கொண்ட வாழ்க்கைப் பின்புலத்தில் எழுதப்பட்ட புயலிலே ஒரு தோணி நாவல், வழமையிலிருந்து முற்றிலும் மாறுபட்டது. தமிழ்ச் சமூகம், காலங்காலமாக நம்பிக்கொண்டிருக்கிற மதிப்பிடுகளைக் கேள்விக்குள்ளாக்குகிற பாண்டியன், இன்னொரு நிலையில் பூமியில் மனித இருப்புக் குறித்து ஆழமான கேள்விகளை எழுப்புகிறான். வெறுமனே கதை சொல்வது மட்டும் நாவலாசிரியர் ப.சிங்காரத்தின் நோக்கமல்ல. ஏன் இப்படியெல்லாம் மனிதர்கள் இருக்கின்றனர்? இந்த வாழ்க்கையின் முடிவு எங்கே? மரணத்தின் நிழல் எங்கும் படர்கையில் என்ன செய்ய முடியும்? அதிகாரம் மனித உடல்களை ஏன் வதைக்குள்ளாக்க வேண்டும்? பொங்கிடும் காமத்தின் வெக்கையில் வதங்கிடும் உடல்களின் வேட்கை முடிவற்றதா? பாண்டியன் உள்ளிட்ட கதைமாந்தர்கள் வாசிப்பின் வழியாகப் பிரதியில் இருந்து வெளியேறி வாசகரின் மனதில் புதிய கதைகளை உருவாக்குகின்றனர். பெரும்பாலான வாசகர்கள், பாண்டியன் என்ற பாத்திரத்தின் மீது உணர்ச்சிகளைக் கொட்டி, முதலீடு செய்வது புனைவில் சாத்தியமாகிறது. சாகசக்காரனான பாண்டியன் குறித்த கதையாடலில் வாசகர்கள் அளவற்ற உணர்ச்சிப்பெருக்கில் திளைத்தல் வாசிப்பில் வெளிப்படுகிறது. யதார்த்த எழுத்தின் புனைவுகளை உண்மை என்று நம்பி, பாண்டியனுடன் ஒன்றுதல், நாவல் புனைவாக்கத்தில் நிகழ்கிறது.

பாண்டியன் பற்றிய புனைவு, கெட்டிதட்டிப்போன தமிழர் வாழ்வியலின் மீது வீசப்பட்ட பெரிய பாறாங்கல். பொதுப்புத்தி மதிப்பீடுகளைச் சிதைத்து எழும் பாண்டியன் சாகசக்காரன், புரட்சிக்காரன், கலகக்காரன், அராஜகவாதி.

ஆயிரமாண்டுகளாக நிலவிடும் வைதிக சநாதனத்தின் ஆதிக்கம் காரணமாகப் பிறப்பு, பால் அடிப்படையில் ஏற்றத்தாழ்வு, தீண்டாமை, சாதிய ஒடுக்குமுறை இன்றும் தொடர்கிறது. தமிழர் பண்பாடு, நாகரிகம் என்று சொல்லப்படுவதுகூட உயர்சாதி, ஆதிக்க சாதியினரின் கருத்தியல் ஒழுங்குடன் வடிவமைக்கப்பட்டதாகும். எது செய்ய வேண்டும்? எது செய்யக்கூடாது என்பன பற்றிக் கறாரான வரையறைகள் நில்வுகின்றன. பூகோளத்தின் மீதான பிரமாண்டமான அனுபவங்கள் குறித்து உற்சாகத்துடன் கிளர்ந்தெழும் பாண்டியனுக்கோ எதுவும் பொருட்டல்ல. பாண்டியன், ஒழுங்கற்ற விதிகளின் அடிப்படையில் எல்லாவற்றையும் நொறுக்கிவிட்டுத் தன் மூப்பாகச் செயலாற்றுகிறான். தேர்ந்த சாகசக்காரன்/ கலகக்காரன் எவ்வாறு செயல்படுவான் என்பதற்கு இலக்கணமாகப் பாண்டியன் விளங்குகிறான். எது குறித்தும் தீர்மானகரமான நோக்கு அவனுக்கு உண்டு. விதிகளற்ற வாழ்தலைத் தேடி அலையும் பாண்டியனின் செயற்பாடு, ஒவ்வொரு நாளும் மாறிக்கொண்டிருக்கிறது. பொதுப்புத்திக்கு எதிரான போக்கு, சாகசச் செயலில் ஆர்வம், நண்பர்களுடன் விவாதம், மது அருந்துதல், அளவற்ற பெண்களுடன் தொடர்பு, மரணம் குறித்து அக்கறையின்மை, இடம்பெயர்ந்து கொண்டேயிருத்தல், பரபரப்பான மனநிலை போன்ற போக்குகளின் குவிமையமாகப் பாண்டியன் இயங்குகிறான்.

எல்லாவற்றையும் கேள்விக்குள்ளாக்குகிற பாண்டியன் இடைவிடாமல் பெட்டியிலிருந்து உருவியெடுத்துச் சிகரெட்டைப் புகைப்பவன்; குடிப்பதில் ஆர்வம் மிக்கவன்; கணக்கற்ற வேசைகள்/ பெண்களுடன் உறவு கொள்பவன். மரபு வழிப்பட்ட பிம்பத்தைச் சிதைக்கும் இயல்புடைய பாண்டியனுக்குப் ‘போர்’ மிகவும் விருப்பமானதாகிறது. அவனுடைய செயலின் விளைவாக ‘மரணம்’ காத்திருப்பது அவன் அறியாத விஷயமல்ல. இருப்பின் நிச்சயமின்மை குறித்து அக்கறையுடையவன், எதிர்நிலையில் மரணத்தை ஒன்றுமற்ற நிகழ்வாகக் கருதுகிறான். அடுத்தடுத்து ஏதாவது செய்ய வேண்டுமென்ற எண்ணம், அவனை இயக்குகிறது. சாகசச் செயல்கள் தொடர வேண்டுமென்ற விருப்பத்தினால் மரணத்தை மறந்துவிட்டு, செயலில் ஈடுபடுவது பாண்டியனின் இயல்பு.

அன்னெமர் அலுவலகத்தில் எழுத்தராகப் பணியாற்றிய பாண்டியன் ஐஎன்.ஏ. எனப்படும் இந்திய தேசிய ராணுவத்தில் லெப்டினண்டாகச் சேர்ந்தவுடன் எதற்கும் துணிந்தவனாக மாறுகிறான். போருக்குப் பின்னர் பிரிட்டிஷ் ராணுவத்தினரிடம் மேனாள் ஐ.என்.ஏ. வீரர்களைக் காட்டிக்கொடுத்த துரோகியான சுந்தரத்தைத் தந்திரமாகக் கொல்கிறான். பாண்டியன் பிறரைக் கொல்லும்போது என்னவகையான மனநிலையிலிருந்தான் என்பதற்கு நாவலில் பதிவு இல்லை. சுந்தரம் உயிருக்காகக் கெஞ்சும்போது 'மரணத்தைக் கௌரவமாக ஏற்றுக்கொள்" என்று அறிவுரை சொல்கிறான். மரணத்தின் விளிம்பைத் தொட்டுவிட்டு மீளும் கட்டங்களில்கூட பாண்டியன் பெரியஅளவில் அலட்டிக் கொள்ளவில்லை.

பெண்கள் குறித்த பாண்டியனின் அணுகுமுறை தனித்துவமானது. பள்ளி மாணவப் பருவத்தில் வயதான பெண்ணால் பாலியல் வன்முறைக்குள்ளான பாண்டியனின் வாழ்க்கை, இளவயதிலே அவனுடைய மன ஒழுங்கைச் சிதலமாக்கி விட்டது. குயவர்பாளையம் தொடங்கி, அவனுடைய வாழ்க்கையில் கணக்கற்ற விலைமகளிர் குறுக்கிடுகின்றனர். கப்பலில் பழக்கமான இன்னொருவனின் மனைவியை அழைத்துக்கொண்டு போய் சென்னையில் மூன்று நாட்கள் தனியே தங்குகிறான். அவனை நேசிக்கும் அற்புதமான பெண் அயிஷாவின் சிநேகமும் அவனது அகத்தில் மாற்றம் ஏற்படுத்தவில்லை. பாலியல் வேட்கை காரணமாகப் பெண்களுடன் இயல்பாக நிகழ்ந்திடும் பாலியல் உறவுகள் ஒருபுறம் எனில், குடும்பத்தில் மனைவியுடன் மட்டும் பாலுறவு என்ற நெறியுடன் வாழ்தல் இன்னொருபுறம் அவனைத் துரத்துகிறது. ஒழுங்கு— குற்ற மனம் என்ற எதிரிணையில் தத்தளிக்கிறான். மந்தையிலிருந்து பிரிந்தவன் எனத் தன்னைக் கருதுகிறவன், எல்லாவற்றிலிருந்தும் ஒதுங்கியே இருக்கிறான்.

"...பெண் மயிலே! முடியாது. முடியாது. நான் தாலி கட்டும் வகையைச் சேர்ந்தவனல்லன். விலங்கு போட்ட தொழுவ வாழ்க்கை எனக்கு ஒத்து வராது. கண்மணியே கேள்: தாயின் பாதுகாப்பில் இருக்கவேண்டிய காலத்தில் வேசையரின் மார்பில் மிதந்தேன். மனையாளின் அரவணைப்பில் அடங்க வேண்டிய வயதில் மனையறத்தை வெறுத்து மனம் குழம்பித் திரிகின்றேன்.

பொன்னே மணியே புனைபூங்கோதாய்! என் இல்லத்தரசியாக நீ இருக்க உடன்படுவது என் பாக்கியமே. ஆனால், நானோ இல்லறத்தை வெறுக்கும் இளைஞன். முடியாததால் வெறுப்பவனின் வெறுப்பைவிட முடிந்திருந்தும் வெறுப்பவனின் வெறுப்பு மிகமிகக் கொடிதன்றோ! காரளகப் பெண் சிகாமணியே! நான் மந்தையில் இருந்து விலகிப் பிரிந்த ஓடுகாலி. பிரிந்ததால் மந்தையின் வெறுப்புக்கும், பிரிய நேர்ந்ததால் தன் வெறுப்புக்கும் உள்ளாகி இந்தப் பரந்த வையகத்தில் இடமின்றி, ஒட்டிப்பற்ற ஈரப்பசை காணாமல் அலைந்து திரிகிறேன்; அலைந்தலைந்தே திரிகிறேன்; அலைந்தலைந்து திரிந்தே அழிவேன்...” அயிஷாவுடனான உறவைத் தொடர்ந்திட முடியாமல் தத்தளிக்கிற பாண்டியனின் மனதில் தோன்றிய உணர்வுகள், அழுத்தமானவை. காதல் குறித்த பாண்டியனின் மனவோட்டம், தமிழ்க் காதல் மரபில் இருந்து முற்றிலும் வேறுபட்டது.

இக்கட்டான நேரத்தில் என்ன செய்யவேண்டுமென்று உடனுக்குடன் முடிவெடுக்கும் திறன் பாண்டியனுக்கு உண்டு. அந்த முடிவின் விளைவாகத் தோன்றவிருக்கும் சிக்கலையும் எதிர்கொள்ள வேண்டியதுதான் என்று நம்புகிறான். சிலவேளைகளில் அது குறித்து அவனுக்கு அக்கறை இல்லை. ஒரு குறிப்பிட்ட பிரச்சினையில் தான் விரும்பியவற்றை அல்லது அவனிடம் ஒப்படைக்கப்பட்ட செயலை எவ்வாறாயினும் முடித்துவிடத் திட்டமிட்டு நிறைவேற்றுகிற பாண்டியனுக்கு புகழ், துணிச்சல், வீரம் போன்றவற்றில் மரியாதை இல்லை. அவை, அவனைப் பொறுத்தவரையில் அபத்தமானவை.

பாண்டியன் சாகச நாயகனுக்கே உரிய மனநிலையுடன் சிக்கலான பிரச்சினைகளில் உற்சாகமாக ஈடுபடுகிறான். அளவுக்கதிகமான குடிபோதையிலும் பாண்டியன் தெருவில் விழுந்து கிடப்பதில்லை. புலன்கள் கலங்குமளவு மதுக்குப்பிகளைக் காலி செய்தாலும், சூழலைக் கட்டுப்படுத்தும் வலிய திறமையுடையவன். எவ்வளவு போதையிலும் அடுத்து என்ன செய்யப் போகிறோம் என்பது குறித்துத் தெளிவான முடிவெடுக்கும் வல்லமை அவனுக்குண்டு. பாங்காங் நகரிலிருந்தபோது போதையுடன் ‘மூன்லிங்’ ரெஸ்டாரண்டிற்கு நண்பர்களுடன் சென்று செய்த கலகச் செயல், மது அருந்தியதன்

பின்விளைவு அல்ல. முரட்டுத் துணிச்சலுடன் கையில் பிஸ்டலை உருவிக்கொண்டு எதிரெதிராகப் பலர் பொருதுமாறு சூழல் உருவாகின்றது. பிஸ்டல் ஏந்திய கைகள் குறிபார்த்து இருந்தன. ஒரு விநாடி ஒரு தோட்டா போதும். பலரின் உயிர் ஒரு விநாடி, ஒரு தோட்டாவில் அடங்கி நின்று வேடிக்கை பார்த்தது. ஒரே ஒரு தோட்டா வெடித்தால் போதும்... இந்நிலையிலும் பாண்டியன் ஆழ்ந்த அமைதிக் குரலில், 'துப்பாக்கி விளையாட்டு வேண்டாம். தயை கூர்க' என்கிறான் வலக்கையில் பிஸ்டலுடன். இத்தகைய துணிச்சல் சாகசக்காரனுக்கே உரித்தானது.

நாவலின் அறிமுகக் காட்சியிலிருந்து பாண்டியன் இடைவிடாமல் பயணித்துக் கொண்டேயிருக்கிறான். நாடுவிட்டு நாடு, ஊர்விட்டு ஊர் எனத் தொடர்ந்து சுற்றுகிறான். எந்த இடத்திலும் நிலைத்து நிற்கமுடியாத நிலையில், அவனுடைய மனம் அமைதியற்றுக் கொந்தளிக்கிறது. இறுதியில் டச்சுக் காலனியாதிக்கத்திற்கு எதிராக இந்தோனோஷியாவில் நடைபெறும் கொரில்லாப் போரில் ஆர்வத்துடன் ஈடுபடுகிறான். டச்சுக்காரர்களுக்கு எதிரான தாக்குதலில் பங்கேற்று 'ராஜா உத்தாங்கு' வாகிறான். அவன் செயல்ரீதியில் போட்ட திட்டங்கள் பெரும் வெற்றி அடைகின்றன. ஆனால், அவனுடைய மனம், எதிலும் திருப்தியற்று அலை பாய்கிறது. வெற்றியின் காரணமாகக் குதூகலிக்கும் மனநிலையற்ற பாண்டியன், தான் செய்த சாகசச் செயலையும் சாதாரணமாகக் கருதி, அடுத்து என்ன செய்வதென்று யோசிக்கிறான். காட்டு வாழ்க்கை அவனுக்கு அலுக்கிறது. சின்னமங்கலம் கிராமத்திற்கு உடனே போக வேண்டுமென முடிவெடுக்கிறான். 'அபாயங்கள் காத்திருக்கின்றன' என்பது அறிந்தும் வழமையான சாகச மனநிலையுடன் வெளிப்படும்போது, மேஜர் டில்டனால் சுட்டுக் கொல்லப்படுகிறான்.

லேர்மன்தவ் எழுதிய 'நம் காலத்து நாயகன்' நாவல் 1840 ஆம் ஆண்டு வெளியானது. அன்றைய காலகட்டத்தில் ரசியாவில் வழக்கத்தில் இருந்த இருவர் போரில் ஈடுபடுகிற பிச்சோரின் பற்றிய நாவலை எழுதிய லேர்மன்தவ், தன்னுடைய 27 வது வயதில் இருவர் போரில் துப்பாக்கிக் குண்டுக்குப் பலியானார். நாவலின் தலைப்பு, ரஷிய சமூகத்தில் நிலவிய எதிலும் நம்பிக்கையற்ற இளைய தலைமுறையினரின் மனநிலையை

எள்ளலுடன் பதிவாக்கியுள்ளது. காக்கேஷியப் படைக்கு அனுப்பப்பட்ட அதிகாரியான பிச்சோரினை முன்வைத்து ஐந்து பாகங்களில் சொல்லப்பட்டுள்ள கதைகள் புதிய வடிவில் நாவலாகியுள்ளன. உதவிக் காப்டன் நோக்கில் இருந்து பிச்சோரின் அறிமுகமாதல், பயணக் குறிப்புகளில் இருந்து பிச்சோரின் பற்றிய கதைசொல்லியின் அவதானிப்பு, பிச்சோரின் இறப்புச் செய்தி, பிச்சோரின் நாட்குறிப்பு என்று பிச்சோரினுடைய முரண்பாடான இயல்புகள் பதிவாகியுள்ளன.

பேலாவைக் கடத்திவந்து கோட்டைக் காவலில் வைத்திருந்த பிச்சோரிடம் உதவிக் காப்டன் பேசியபோது, அவன் சொன்ன பதில்: " என் சுபாவமே துர்பாக்கியமானது... எனது புத்திளமையில் நான் உறவினர்களின் அரவணைப்பில் இருந்து வெளியேறிய கணம் முதலே பணத்தால் பெறக்கூடிய எல்லா இன்பங்களையும் வெறி பிடித்தவன் போலத் துய்க்க ஆரம்பித்தேன். இந்த இன்பங்கள் எனக்கு அலுத்துப் போய்விட்டன என்பது சொல்லாமலே விளங்கும். பிறகு நான் சமூகத்தில் புகுந்து அளவளாவிவினேன். சமூகமும் எனக்கு அலுத்துப் போய்விட்டது. நாகரிக அழகிகள் மேல் நான் மையல் கொண்டேன், காதலிக்கவும் பட்டேன். ஆனால் அவர்களுடைய பிரேமை, கற்பனையையும் ஆணவத்தையும் தூண்டிவிட்டதேதவிர என் இதயம் வெறுமையாக இருந்தது... நான் படிக்கவும் கற்கவும் தொடங்கினேன். அறிவியல்களும் எனக்குச் சலித்துவிட்டன. புகழோ இன்பமோ அவற்றைச் சார்ந்தவை அல்ல என்பதை நான் கண்டேன். ஏனெனில் எல்லாரிலும் இன்பம் நிறைந்த மக்கள் அறிவிலிகள். புகழோ வெறும் தற்செயல் வாய்ப்பு. அதைத் தேடிப் போவதற்கு ஒருவன் தந்திரசாலியாக மட்டும் இருந்தால் போதும். இவற்றை எல்லாம் அறிந்தும் அனுபவித்து அறிந்ததும் எனக்கு ஒரே சலிப்பாக இருந்தது...அவளுக்காக என் உயிரையே கொடுப்பேன். ஆனால் அவளுடைய சகவாசம் எனக்குச் சலித்துப் போய்விட்டது... நான் மடையனா அல்லது கயவனா என்பதை அறியேன்... எனது ஆன்மா உலகத்தால் கெடுக்கப்பட்டுவிட்டது, கற்பனை அமைதியற்றது, இதயம் அடங்கா வேட்கை கொண்டது. எனக்கு எதுவும் போதுமானதில்லை... என் வாழ்வு நாளுக்கு நாள் வெறுமை ஆகிக்கொண்டிருக்கிறது..." தனிமனித மனதின் வதைக்களமாகத்

தன்னையே வதைத்துக்கொண்டு, எல்லாவற்றிலிருந்தும் அந்நியமான மனநிலைக்குள்ளான பிச்சோரின் பாத்திரம், காலங்காலமாக வெவ்வேறு கதையாடல்களில் தொடர்கிறது.

பிச்சோரினுடைய நாட்குறிப்பு என்று லேர்மன்தவ் வெளியிட்டுள்ள கதை, சுவராசியமானது. மனதின் பலவீனங்களையும் குறைகளையும் வெளிப்படையாகப் பதிவாக்கியுள்ள பிச்சோரின் சாகசமும் கலகமும் முக்கியமானவை. யாருடனும் தொடர்ந்து ஒத்திசைந்து போகவியலாத இயல்புடைய பிச்சோரின், தனித்துப் பூமியில் இயங்குகிறான். ஒருவகையில் விருப்பு வெறுப்பு அற்ற நிலையில் மரணத்தைப் பொருட்படுத்தாமல் செயல்படுகிற பிச்ச்சோரின் வாழ்க்கையில் இருவர் போர், விதிவாதி போன்ற சம்பவங்கள் குறுக்கிடுகின்றன. சாகசக்காரனுக்குரிய மனநிலையுடன் பிச்சோரின் மரணத்தை எதிர்கொண்டு வெற்றி அடைகிறான். ஏன் இப்படியெல்லாம் அவன் செயல்படுகிறான் என்ற கேள்விக்கு விடை எதுவும் இல்லை. உதவிக் காப்டன் மட்டுமல்ல மருத்துவருடன்கூட பிச்சோரினால் நட்புடன் பழகிட இயலவில்லை. நட்பு பற்றிய மதிப்பீட்டைச் சிதைத்திடுமாறு யோசிக்கிறான்: " உளமார்ந்த நட்புகொள்ள நான் வல்லவன் அல்ல. இரண்டு உயிர் நண்பர்களில் ஒருவன் மற்றவனுக்கு அடிமையாக இருப்பான் — அவர்களில் ஒருவனும் இதைப் பெரும்பாலும் ஒப்புக்கொள்ள மாட்டான்."

காதல் என்ற சொல்லை முன்வைத்துப் பிச்சோரின் வாழ்க்கையில் நடைபெறுகிற சம்பவங்கள் கவனத்திற்குரியன. பியாத்திகோர்ஸ்க் நகரில் ஆரோக்கிய ஸ்தலத்தில் தங்கியிருக்கிற பிச்சோரின் இளவரசியின் கவனத்தைத் திருப்பி, காதல் வயப்படுவதும், பின்னர் இளவரசியின் காதலைப் புறக்கணிக்கிறான். காதல் விவகாரத்தில் பிச்சோரினைப் பிடித்து ஆட்டுகிற பிசாசு எதுவென்ற கேள்வி தோன்றுகிறது. எதிலும் திருப்தி அடையாமல் அடுத்தடுத்த தளத்திற்குப் பயணிக்கிற பிச்சோரின் ஒருவகையில் விநோதமானவன். அந்நிலைமைக்குக் காதலும் விதிவிலக்கு அல்ல. பிச்சோரினின் மேனாள் காதலியான வேரா இன்னொருவரின் மனைவியான பிறகும் தீவிரமாக அவனை நேசிக்கிறாள். எல்லாவற்றிலும் இருந்து விலகியிருக்கிற பிச்சோரின், "எதற்காகத்தான் அவள் என்னை இவ்வாறு காதலிக்கிறாளோ,

மெய்யாகவே அறியேன்! அதிலும் என்னுடைய எல்லாச் சிறுசிறு பலவீனங்களுடனுடனும், கெட்ட விழைவுகளுடனும் என்னை முற்ற முழுக்க அறிந்துகொண்ட ஒரே பெண் இவள்தான்... தீமை அவ்வளவு கவர்ச்சி உள்ளதா என்ன?" என்று நினைக்கிறான். வேராவுடன் உடலுறவு கொள்கிற பிச்சோரின் அவள் அங்கிருந்து கிளம்பிய தகவலை அறிந்தவுடன், குதிரை இறக்குமளவுக்கு விரட்டிச் செல்கிறான். பேலாவைத் தூக்கி வருவதற்காக உயிரை வெறுத்துச் சாகசச் செயலில் ஈடுபடுகிறான். பின்னர் பேலா அவன் மீது காதல் வயப்படும்போது தக்கையாகி ஆர்வமற்று வெறுமையான மனநிலைக்குள்ளாகிறான். பிச்சோரினுக்கும் காதலுக்குமான உறவு வழமையில் இருந்து முற்றிலும் மாறுபட்டது. பெண்ணுடல் மீதான ஈர்ப்பு ஒருபுறம் என்றால், பெண் உறவில் சலிப்பு மனநிலை இன்னொருபுறம் துரத்துகிறது.

பிச்சோரினை இருவர் போரில் இழுத்துவிட்டு அவனை அவமானப்படுத்திட குரூஷ்நீத்ஸ்க்கியும் காப்டனும் திட்டமிடுகின்றனர். தற்செயலாகச் சதியை அறிந்துகொண்ட பிச்சோரின் வேதனையடைகிறான். "நான் பகைவர்களை நேசிக்கிறேன், ஆனால் கிறிஸ்துவின் போதனைப்படி அல்ல. அவர்கள் எனக்கு வேடிக்கை காட்டுகிறார்கள் என் உதிரத்தைக் குதுகுதுப்பு அடையச் செய்கிறார்கள். எப்பொழுதும் எச்சரிக்கையுடன் இருப்பது, ஒவ்வொரு சொல்லையும் பார்வையையும் உடனுக்குடன் புரிந்துகொள்வது, நோக்கத்தை ஊகிப்பது, சதிகளைத் தகர்ப்பது, ஏமாந்தவன்போல நடிப்பது, அவர்கள் அரும்பாடுபட்டு எழுப்பிய தந்திரங்களும் சூழ்ச்சிகளும் கொண்ட பெரிய மாளிகையைத் திடீரென ஒரே அடியில் தரைமட்டம் ஆக்குவது — இதைத்தான் வாழ்க்கை என்கிறேன்." பிச்சோரின் மனம் எப்பொழுதும் கங்கு போலக் கனன்று கொண்டிருக்கிறது. எல்லாவிதமான தந்திரங்களையும் அறிந்திட்ட நிலையில் எதிராளியான குரூஷ்நீத்ஸ்க்கியைச் சுட்டுக் கொல்கிறான். சக மனிதனின் கொலைக்குக் காரணமாகத் தான் இருப்பது குறித்துப் பிச்சோரினுக்குக் குற்றமனம் எதுவும் இல்லை. பிச்சோரின் உணர்ச்சிகளை மனதில் புதைத்துவிட்டு, பிறருடைய துன்பங்களைப் பொருட்படுத்தாமல் தன்னிச்சையுடன் எதைப் பற்றியும் கவலைப்படாமல் இயங்கினான். வாலிபத்தில்

தன்னுடைய விருப்பம்போல செயல்பட்டுச் சூழலில் இருந்து அந்நியமான இளைஞனை முன்வைத்து எழுதப்பட்ட பிச்சோரின் பாத்திரம் முன்னோடியானது.

ஹெமிங்வேயின் 'போரே, நீ போ' நாவலில் போர் தனிமனித வாழ்கையில் எப்படியெல்லாம் சிக்கல்களை உருவாக்குகிறது என விரிந்துள்ளது. அமெரிக்காவைச் சேர்ந்த பிரடரிக் ஹென்றி இத்தாலியில் நடைபெற்ற முதல் உலகப் போர்முனையில் ஆம்புலன்ஸ் ஓட்டுநராகப் பணியாற்றுகிறான். ஹென்றி விடுமுறையில் சந்தித்த செவிலியான காதரின் பெர்லியை விரும்புகிறான். போர்க்களப் பின்புலத்தில் இருவருக்கும் இடையில் அரும்பிடும் காதல், காதரின் கர்ப்பமடைவதில் முடிகிறது. உணர்ச்சிகரமான காதல் கதையில் காதரின் மகப்பேற்றின்போது, அதிக குருதிப் போக்கினால் இறந்திட, ஹென்றி சோகத்தில் மூழ்குகிறான்.

காதல் பற்றிய ஹென்றியின் எண்ணம்: ' நான் அவளுடன் காதல்கொள்ளும் எண்ணமே எனக்கு இல்லை. இது, ஆண்டவனுக்கே தெரியும். யாரிடமும் காதல்கொள்ளும் எண்ணமே எனக்கு இல்லை. ஆனல், இப்போது காதல் கொண்டே விட்டேன் என்பது கடவுளுக்கே தெரியும்.' அமெரிக்கனான ஹென்றி, இத்தாலி நாட்டில் நடைபெற்ற போரில் பங்கேற்கிறான். போர்முனையில் அன்றாடம் மரணத்தை வேடிக்கை பார்க்கிற ஹென்றி குண்டு வீச்சில் காயமடைந்து, பின்னர் குணமடைகிறான். படையணிகள் போர்முனையில் இருந்து பின்வாங்கும்போது, ஹென்றி அவனுடைய பேச்சைக் கேட்காத சார்ஜெண்டைச் சுட்டுக் கொல்கிறான். இராணுவப் போலீசார் கொல்வதில் இருந்து தப்பிப்பதற்காக ஆற்று நீரில் குதிக்கிறான், பின்னர் காதரின் பெர்லியை அழைத்துக்கொண்டு, இரவோடு இரவாகப் படகின்மூலம் பெரிய ஏரியைக் கடந்து ஸ்விட்சர்லாந்து நாட்டுக்குச் செல்கிறான். போரின் பேரழிவுடன் மனிதர்கள் அநியாயமாகக் கொல்லப்படுக்கிற பின்புலத்தில் காதல் வயப்பட்ட ஹென்றி, சாகசங்கள்மூலம் அடுத்தடுத்துச் செல்கிறான். ஆனால், மருத்துவமனையில் ஆண் குழந்தையைப் பெற்றுவிட்டு, இறந்த காதரினின் இழப்பினை எப்படி அவனால் எதிர்கொள்ள முடியும்? பூமியில் மனித இருப்பு அர்த்தமற்றதா? அபத்தமானதா? என்று ஹென்றி பாத்திரத்தின் மூலம் ஹெமிங்வே

எழுப்பியுள்ள கேள்விகள் இன்றைக்கும் பொருந்தும்.

லேர்மன்தவ், ஹெமிங்வே, ப.சிங்காரம் எழுதியுள்ள நாவல்களின் தலைமைப் பாத்திரமான ஆண்கள் ராணுவத்தில் பணியாற்றுகின்றனர். அவர்களைப் பொறுத்தவரையில் இராணுவத்தில் சேர்ந்து பணியாற்றுவதுகூட ஒருவகையில் சாகசம்தான். விட்டேத்தியான மனநிலையுடன் செயல்பட்டாலும் எந்தவொரு ஆபத்தையும் இயல்பாக எதிர்கொள்கிறவர்கள், பெண்கள் விஷயத்தில் மாறுபட்ட கோணத்தில் செயல்படுகின்றனர். பிச்சோரினும் பாண்டியனும் உருக்கத்துடன் காதலிக்கிற பெண்களைப் புரிந்துகொண்டாலும், பெண்களிடம் இருந்தும் விலகி இருக்கின்றனர். ஹென்றி மது, பெண்கள் என உற்சாகத்துடன் செயல்பட்டவன், காதரினுடன் உறவு கொண்டவுடன் சராசரி மனிதனாக மாறுகிறான். மருத்துவமனையில் இறந்துபோன காதரினுக்குக் ஹென்றி தந்த முத்தம் சிலைக்குத் தந்ததாகத் தோன்றுகிறது. வாழ்க்கையில் கசப்பு அழுத்தமாகப் பரவுகையில் செய்திட என்ன உள்ளது?

ஜப்பானிய நாவலாசிரியர் ஹாருகி முரகாமியின் நோர்வேஜியன் வுட் நாவல், தன்வரலாற்றுக் கதையாக விரிந்தாலும் சாகசம், சவால் நிரம்பியது. டோரு வாட்டனபி, அவனுக்குப் பிடித்தமான பாப் இசையுடன் தொடர்புடைய பீட்டில்ஸ் பாடலைக் கேட்கும்போது, காதல் நினைவுக்கு வருகிறது. இருபதாண்டுகளுக்கு முந்திய மாணவப் பருவத்தில் டோக்கியோ நகரின் அனுபவங்கள் நினைவில் மிதக்கின்றன. வித்தியாசமான நட்பு, கட்டுப்பாடற்ற பாலுறவு, பொங்கிடும் காதல், இழப்பு, ஆசை, சோகம் என்ற உலகிற்கு மீண்டும் திரும்புகிறான். பதின்பருவத்தின் எழுச்சியையும் கொண்டாட்டத்தையும் வீழ்ச்சியையும் விவரிக்கிற நாவல் டோருவின் வாழ்க்கையில் மிடோரி என்ற பெண் குறுக்கிடும்போது, இறந்த காலமா? எதிர்காலமா? என்ற கேள்வியை முன்வைத்துள்ளது.

பள்ளி மாணவியிடம் ஆறு மாதங்களாக உடலுறவு வைத்திருந்த கதைசொல்லியான டோரு, டோக்கியோவில் மேல் படிப்புப் படிக்க வாய்ப்புக் கிடைத்தவுடன் அவளைப் பொருட்படுத்தாமல் கிளம்புகிறான். அந்தப் பெண்ணைப் பற்றி

நவோகாவிடம் சொல்கிறான்: “ அவ அழகானவ, அவளோட படுக்கைக்குப் போனதை நான் ரசிச்சேன், ஆனால் கடைசியில் அவ என்னை வசீகரிக்கல. எனக்குத் தெரியல, என் இதயத்துல பெரிசா நுழைஞ்சிட முடியாத கடினமான முடிச்சு இருக்கிறத சமயஙகள்ல நான் நினைக்கிறேன். உண்மையிலே என்னால் யாரையாவது காதலிக்க முடியுமானு சந்தேகப்படுறேன். பதின் பருவத்தில் பெண்ணுடல் பற்றிய அவனுடைய பார்வை, காதலைப் புறக்கணிக்கிறது. பதினெட்டு வயதில் மரணம், வாழ்க்கைக்கு எதிரானதாக அல்லாமல், அதன் ஒருபகுதியாக இருக்கிறது என்று யோசிக்கிறான். நகர்ப்புறத்தில் வாழ்கிற பதின்பருவத்தினர் எதிர்கொள்கிற பாலியல் உணர்வுகளையும் வரன்முறையற்ற புணர்ச்சி அனுபவங்களையும் விவரிக்கிற நாவல் முன்வைக்கிற பாலியல் குறித்த பேச்சுகள் கவனத்திற்குரியன. கார்ப்பரேட் உலகின் விளைவாகத்தான் டோரு வாட்டனபி பாத்திரம் புனையப்பட்டுள்ளது.

அஞ்சல் நிலையம் நாவல் ஒருவகையில் சார்லஸ் புக்கோவ்ஸ்கியின் தன்வரலாறு என்று கருதப்படுகிறது. ஹென்றி சின்னஸ்கி, அஞ்சல் நிலையத்தில் கடுமையான வேலைப்பளுவுடன் ஓய்வற்றுச் செயல்பட வேண்டிய பொருளாதார நெருக்கடி. பகலில் முடிவற்ற வேலை, இரவில் மது என தன்னை அடையாளப்படுத்திடும் சின்னஸ்கி, ஒருவகையில் சலிப்புடன் இருக்கிறான். நாவலின் முதல் இயலில் தற்செயலாகச் சந்தித்த பருத்த பெண்ணுடன் படுக்கையைப் பகிர்ந்துகொள்கிறான். அதுவும் நான்கு நாட்களில் அவனுக்குச் சலித்து விடுகிறது. புலனடக்கம் குறித்து மதங்கள் ஏற்படுத்தியிருக்கிற் தொன்மக் கதைகளைப் புறந்தள்ளிவிட்டு, உடல்களை முன்வைத்து நடைபெறுகிற கொண்டாட்டங்களின் பிரதிநிதியாகச் சின்னஸ்கி இருக்கிறான். குடும்ப அமைப்பு காரணமாகச் சிறிய அளவில்கூட குற்றமனம் இல்லாத சமூகத்தில் சின்னஸ்கிக்குப் பெண்கள் பெரிதும் உடல்களாகத் தெரிகின்றனர். அஞ்சல் நிலையத்தின் முடிவற்ற வேலைகள் குறித்த சார்லஸ்ஸின் விவரிப்பு, ஒருவகையில் ஒருவனைப் பித்து நிலைக்குள்ளாக்கிடும். அமெரிக்கா ஒரு சொர்க்க பூமி என்ற புனைவுக்கு மாறாக விளிம்புநிலையினர் எப்படியெல்லாம் சக்கையாகக் கசக்கிப் பிழியப்படுகின்றனர்

என்பதற்குச் சாட்சியாகச் சின்னஸ்கி பாத்திரம். உடல்கள் மீதான வன்முறையில் இருந்து விடுபட எப்பொழுதும் போதை, எந்தப் பெண்ணுடனும் உடலுறவு, விரும்பிய பெண்ணைத் திருமணம் செய்து, பின்னர் மணமுறிவு. கார்ப்பரேட் உலகில் வேலை என்பது, மனிதனை எல்லாவற்றிலிருந்தும் அந்நியப்படுத்துகிற சூழலில் எல்லாவிதமான மதிப்பீடுகளும் அர்த்தமிழக்கின்றன. சின்னஸ்கியின் பாலியல் செயல்களும் புணர்ச்சிகளும் என விரிந்திடும் கதைகள், ஒருவகையில் அதிர்ச்சியூட்டக்கூடியன. எது குறித்தும் அக்கறை இல்லாமல், விட்டேத்தியான மனநிலையுடன் அலைந்து திரிகிற சின்னஸ்கிக்கு மதுவும் பெண்ணுடல்களும் போதும். பிச்சோரின், பாண்டியன், ஹென்றி போன்ற பாத்திரங்களுடன் ஒப்பிடும்போது, எவ்விதமான நோக்கமும் அற்ற சின்னஸ்கி ஏகாதிபத்திய அமெரிக்காவின் வெளிப்பாடு.

பொதுவாக நடப்பு வாழ்க்கையில் எல்லாவிதமான தந்திரங்களுடன் செயல்பட்டு, மனதில் நினைத்ததைச் சாதிக்கிற சில ஆண்கள், அடுத்தநிலையில் சலிப்பும் கசப்பும் ததும்பிட துயரமடைகின்றனர்; பெண்ணுடல் குறித்த ஈர்ப்பினால், பெண் மனதைப் புரிந்திடாமல் தவிக்கின்றனர். கதைமாந்தர்களான பிச்சோரின், பாண்டியன், சின்னஸ்கி, ஹென்றி, டோரு வாட்டனபி போன்றவர்கள் கடந்த 180 ஆண்டுகாலத்தில் ஆண்களின் பாலியல் குறித்து மரபிலிருந்து மாறுபட்ட தளத்தில் புனையப்பட்டுள்ளனர்; ஆண்மையக் கண்ணோட்டத்துடன்தான் கதைமாந்தர்களாகச் சித்திரிக்கப்பட்டுள்ளனர். எதிர்காலத்தில் இத்தகைய ஆண் கதைமாந்தர்களில் கணிசமானோர் பிரதிகளில் இருந்து வெளியேறித் தமிழ்நாட்டுத் தெருக்களில் அலைந்திடக்கூடும்.

மூல நூல்கள்

சிங்காரம்.ப. புயலிலே ஒரு தோணி. சென்னை: டிஸ்கவரி புக் பேலஸ், 2016.

லேர்மன்தவ், மி.யூ. நம் காலத்து நாயகன். பூ.சோமசுந்தரம்(மொ—பெ). மாஸ்கோ; புரோகிரஸ் பதிப்பகம்,1966.

எர்னெஸ்ட் ஹெமிங்வே. போரே, நீ போ. எஸ்.எஸ்.

சிவசாமி(மொ—பெ). பம்பாய்: பெர்ல் பப்ளிகேஷன்ஸ். 1958.

ஹாருகி முரகாமி. நோர்ஜியன் வுட் . க.சுப்பிரமணியன்(மொ—பெ). பொள்ளாச்சி: எதிர் வெளியீடு, 2014.

சார்லஸ் புக்கோவ்ஸ்கி. அஞ்சல் நிலையம். பாலகுமார் விஜயராமன்(மொ—பெ). பொள்ளாச்சி: எதிர் வெளியீடு, 2016.

நீலம், 2021 ஏப்ரல்